卞尺丹几乙し丹卞と
Translated Language Learning

Alices Abenteuer im Wunderland

Cuộc phiêu lưu của Alice ở xứ sở thần tiên

Lewis Carroll

Deutsch / Tiếng Việt

Runter in den Kaninchenbau
Xuống hố thỏ

Alice fing an, sehr müde zu werden
Alice bắt đầu rất mệt mỏi
Sie saß neben ihrer Schwester auf der Grasbank
cô ấy đang ngồi cạnh em gái mình trên bãi cỏ
aber sie hatte nichts zu tun
nhưng cô không có gì để làm
Ihre Schwester las ein Buch
em gái cô ấy đang đọc một cuốn sách
Ein- oder zweimal schaute Alice in das Buch
một hoặc hai lần Alice nhìn trộm vào cuốn sách
aber das Buch enthielt keine Bilder oder Gespräche
nhưng cuốn sách không có hình ảnh hay cuộc trò chuyện nào
trong đó
"Was nützt ein Buch ohne Bilder?", dachte Alice
"Một cuốn sách không có hình ảnh thì có ích gì?", Alice nghĩ
"Warum sollte ein Buch keine Gespräche führen?"
"Tại sao một cuốn sách lại không có cuộc trò chuyện?"
Aber sie hatte noch andere Dinge zu bedenken
nhưng cô ấy có những điều khác để xem xét
"Es wäre ein Vergnügen, eine Kette aus Gänseblümchen zu machen"

"Làm một chuỗi hoa cúc sẽ là một niềm vui"
"Aber lohnt es sich, aufzustehen und die Gänseblümchen zu pflücken??"
"Nhưng có đáng để nỗ lực đứng dậy và hái hoa cúc không??"
Das war nicht so leicht zu denken
Điều này không dễ dàng để nghĩ về
weil sie sich an diesem Tag schläfrig und dumm fühlte
Bởi vì một ngày đang khiến cô cảm thấy buồn ngủ và ngu ngốc
aber plötzlich wurden ihre Gedanken unterbrochen
nhưng đột nhiên suy nghĩ của cô bị gián đoạn
ein weißes Kaninchen mit rosa Augen lief nah an ihr vorbei
một con Thỏ trắng với đôi mắt hồng chạy gần cô ấy

Es war nichts übermäßig Bemerkenswertes an dem Kaninchen
Không có gì quá đáng chú ý về con thỏ
und Alice fand das Kaninchen auch nicht bemerkenswert
và Alice cũng không nghĩ con thỏ đáng chú ý
auch überraschte es sie nicht, als das Kaninchen sprach

cũng không làm cô ngạc nhiên khi Thỏ nói

»O je! Ich werde zu spät kommen!« sagte er zu sich selbst

"Ôi trời ơi! Tôi sẽ quá muộn!" anh tự nhủ

aber dann tat das Kaninchen etwas, was Kaninchen nicht tun

nhưng sau đó Thỏ đã làm điều mà thỏ không làm

das Kaninchen zog eine Uhr aus der Westentasche

Con Thỏ lấy một chiếc đồng hồ ra khỏi túi áo ghi lê

Er schaute auf die Uhr und eilte dann weiter

Anh ta nhìn vào thời gian và sau đó vội vã tiếp tục

Alice erhob sich erstaunt

Alice đứng dậy, kinh ngạc

Sie hatte noch nie zuvor ein Kaninchen mit Weste gesehen!

Cô chưa bao giờ nhìn thấy một con thỏ mặc áo ghi lê trước đây!

noch hatte sie je ein Kaninchen mit einer Uhr gesehen!

cô cũng chưa bao giờ nhìn thấy một con thỏ với một chiếc đồng hồ!

Alice brannte vor neuer Neugierde

Alice đang bùng cháy với một sự tò mò mới

und sie rannte über das Feld hinter dem Kaninchen her

và cô ấy chạy qua cánh đồng theo con Thỏ

Sie kam gerade noch rechtzeitig, um das Kaninchen verschwinden zu sehen

Cô ấy đã kịp nhìn thấy con thỏ biến mất

Das Kaninchen hüpfte in einen großen Kaninchenbau hinab

Con thỏ nhảy xuống một cái hố thỏ lớn

Im nächsten Augenblick stürzte Alice hinter dem Kaninchen her!

Trong một khoảnh khắc khác, Alice đi theo con thỏ!

Der Kaninchenbau ging geradeaus wie ein Tunnel

Hang thỏ đi thẳng như một đường hầm

und der Tunnel ging noch eine Weile weiter

và đường hầm tiếp tục đi được một khoảng cách

und dann senkte sich der Weg plötzlich hinunter

và sau đó con đường đột nhiên chìm xuống

Alice hatte keinen Augenblick, daran zu denken, ob sie sich

zurückhalten sollte

Alice không có một giây phút nào để nghĩ đến việc ngăn mình lại

Sie fiel hin und hinunter und hinunter

cô thấy mình ngã xuống và ngã xuống

Es schien, als sei sie in einen sehr tiefen Brunnen gefallen

Có vẻ như cô đã rơi xuống một cái giếng rất sâu

Entweder war der Brunnen sehr tief, oder sie fiel sehr langsam

Hoặc là giếng rất sâu, hoặc cô ấy rơi rất chậm

denn sie hatte viel Zeit zum Fallen

bởi vì cô ấy có nhiều thời gian để ngã

Als sie fiel, konnte sie sich umsehen

khi cô ấy đang ngã, cô ấy có thể nhìn xung quanh mình

Zuerst versuchte sie herauszufinden, wohin sie ging

Đầu tiên, cô cố gắng tìm ra nơi mình sẽ đi

aber der Brunnen war zu dunkel, um etwas zu sehen

nhưng giếng quá tối để nhìn thấy bất cứ điều gì

Dann blickte sie auf die Seiten des Brunnens

Rồi cô nhìn vào hai bên giếng

Und sie bemerkte, dass überall um sie herum Schränke standen

và cô ấy nhận thấy rằng có những chiếc tủ xung quanh cô ấy

und rings um den Brunnen waren Bücherregale

và xung quanh giếng là những kệ sách

Hier und da sah sie Karten und Bilder, die an Pflöcken hingen

Ở đây và ở đó cô thấy bản đồ và hình ảnh treo trên các chốt

Im Vorbeigehen nahm sie ein Glas aus einem der Regale

Cô lấy một cái lọ xuống từ một trong những kệ khi đi ngang qua

Das Glas wurde für seinen Inhalt gekennzeichnet

lọ được dán nhãn vì nội dung của nó

"MARMELADE AUS ORANGEN"

"MỨT CAM LÀM TỪ CAM"

Aber zu ihrer großen Enttäuschung war das Marmeladenglas leer

nhưng, trước sự thất vọng lớn của cô, lọ mứt cam đã trống rỗng

Sie wollte das leere Marmeladenglas nicht fallen lassen

Cô ấy không muốn làm rơi cái lọ mứt cam rỗng

und ihr Fall war sehr langsam

và sự ngã của cô ấy rất chậm

So schaffte sie es, das Marmeladenglas in einen der Schränke zu stellen

Vì vậy, cô ấy đã cố gắng đặt lọ mứt cam vào một trong những chiếc tủ

Nieder, hinunter, hinunter fiel sie!

Xuống, xuống, xuống, cô ấy ngã!

Würde der Fall jemals ein Ende haben?

Liệu sự sụp đổ có bao giờ kết thúc?

Es gab nichts anderes zu tun

Không có gì khác để làm

so fing Alice bald an, mit sich selbst zu reden

vì vậy Alice nhanh chóng bắt đầu nói chuyện với chính mình

»Dinah wird mich heute abend sehr vermissen, sollte ich meinen!«

"Dinah sẽ nhớ tôi rất tối nay, tôi nên nghĩ!"

Dinah war Alices Katze

Dinah là con mèo của Alice

»Ich hoffe, sie werden sich an ihre Untertasse mit Milch zur Teezeit erinnern.«

"Tôi hy vọng họ sẽ nhớ đĩa sữa của cô ấy vào giờ trà"

»Dinah, meine Liebe, ich wünschte, du wärst hier unten bei mir!«

"Dinah, em yêu, em ước em ở dưới đây với em!"

Alice fühlte, als würde sie einschlafen

Alice cảm thấy mình đang ngủ gật

Und dann plötzlich, dumpf! Bums!

và rồi đột nhiên, đập mạnh! Thump!

Sie fiel auf einen Haufen Stöcke

cô ngã xuống một đống gậy

und sie landete auf einem Haufen trockener Blätter

và cô ấy đáp xuống một đống lá khô

Und endlich war der lange Sturz in das Loch vorbei
và cuối cùng cú ngã dài xuống hố đã kết thúc
Alice war kein bisschen verletzt
Alice không bị thương chút nào
und sie sprang in einem Augenblick auf
và cô ấy nhảy lên trong giây lát
Sie blickte auf, aber es war alles dunkel über ihr
Cô ngước lên, nhưng tất cả đều tối tăm trên đầu
Vor ihr lag ein weiterer langer Korridor
Trước mặt cô là một hành lang dài khác
und das weiße Kaninchen war noch in Sicht
và Thỏ Trắng vẫn còn trong tầm mắt
Er eilte den Korridor hinunter
anh ta đang vội vã đi xuống hành lang
Es war kein Augenblick zu verlieren
Không có một khoảnh khắc nào để mất
davonlief Alice wie der Wind
Alice chạy như gió
um die Ecke drehte sich das Kaninchen
Quanh góc đường quay con thỏ
Sie kam gerade noch rechtzeitig, um das Kaninchen zu hören
Cô ấy đã kịp nghe thấy tiếng thỏ
"Oh, meine Ohren und Schnurrhaare"
""Ồ, tai và râu của tôi"
"Wie spät es wird!"
"Đến muộn quá!"
Sie war dicht hinter dem Kaninchen
Cô ấy ở sát phía sau con thỏ
Sie bog um eine weitere Ecke
Cô ấy quay lại một góc khác
aber das Kaninchen war nicht mehr zu sehen
nhưng Thỏ không còn được nhìn thấy nữa
Sie befand sich in einer langen, niedrigen Halle
Cô thấy mình đang ở trong một hành lang dài và thấp
Der Saal wurde von einer Reihe von Deckenlampen erleuchtet

Hội trường được thắp sáng bởi một dãy đèn trần
Überall im Saal gab es Türen
Có những cánh cửa xung quanh hội trường
aber alle Türen waren verschlossen
nhưng tất cả các cửa đều bị khóa
Sie ging den ganzen Weg an der einen Seite des Flurs hinunter
Cô đi xuống một bên của hành lang
Und sie war den ganzen Weg auf der anderen Seite des Flurs hinaufgegegangen
và cô đã đi hết phía bên kia của hành lang
Sie hatte jede Tür ausprobiert
cô ấy đã thử mọi cánh cửa
Und sie ging traurig in der Mitte des Saales entlang
và cô buồn bã bước xuống giữa hành lang
"Wie komme ich da mal wieder raus?"
"Làm sao tôi có thể thoát ra một lần nữa?"

Plötzlich stieß sie auf einen kleinen Tisch
Đột nhiên cô bắt gặp một chiếc bàn nhỏ
Der Tisch wurde komplett aus massivem Glas gefertigt
Bàn được làm hoàn toàn bằng kính đặc
Auf dem Tisch lag nichts als ein winziger goldener Schlüssel
Không có gì trên bàn ngoài một chiếc chìa khóa vàng nhỏ
Der Schlüssel könnte zu einer der Türen gehören!
chìa khóa có thể thuộc về một trong những cánh cửa!
Aber ach! Einige der Schlösser waren zu groß für die Schlüssel
nhưng, than ôi! một số ổ khóa quá lớn so với chìa khóa
und für die anderen Schlösser war der Schlüssel zu klein
và đối với các ổ khóa khác, chìa khóa quá nhỏ
aber auf jeden Fall öffnete der Schlüssel keine der Türen
nhưng, dù sao đi nữa, chiếc chìa khóa không mở ra cánh cửa nào
Aber was sollte sie tun?
nhưng cô ấy phải làm gì?
Sie ging wieder durch den Saal
Cô đi qua hành lang một lần nữa
Und diesmal bemerkte sie einen niedrigen Vorhang
và lần này cô nhận thấy một tấm rèm thấp
Hinter dem Vorhang war eine kleine Tür
Đằng sau bức màn là một cánh cửa nhỏ
Die Tür war etwa fünfzehn Zoll hoch
cánh cửa cao khoảng mười lăm inch
Sie probierte den kleinen goldenen Schlüssel im Schloss aus
Cô thử chiếc chìa khóa vàng nhỏ trong ổ khóa
Und zu ihrer großen Freude passte der Schlüssel ins Schloss!
và trước sự vui mừng lớn của cô ấy, chiếc chìa khóa vừa vặn với ổ khóa!
Alice öffnete die Tür
Alice mở cửa
und sie fand, daß die Tür in einen kleinen Korridor führte
và cô thấy cánh cửa dẫn vào một hành lang nhỏ
Der Korridor war nicht viel größer als ein Rattenloch

Hành lang không lớn hơn một cái hố chuột
Sie kniete nieder und blickte den Korridor entlang
Cô quỳ xuống và nhìn dọc theo hành lang
Und sie sah den schönsten Garten, den du je gesehen hast
và cô ấy đã nhìn thấy khu vườn xinh đẹp nhất mà bạn từng thấy
wie sehr sie sich danach sehnte, aus dieser dunklen Halle herauszukommen
Cô khao khát được ra khỏi hội trường tối tăm đó như thế nào
wie sie sich wünschte, zwischen diesen leuchtenden Blumen zu wandern
cô ấy muốn lang thang giữa những bông hoa rực rỡ đó như thế nào
Wie cool die Erfrischung dieser Brunnen aussah
Làm mới những đài phun nước đó trông mát mẻ như thế nào
aber sie konnte nicht einmal ihren Kopf durch die Tür stecken
nhưng cô thậm chí không thể đưa đầu mình qua ngưỡng cửa
»Oh,« sagte Alice traurig
"Ồ," Alice nói, buồn bã
»wie sehr wünschte ich, ich könnte mich zusammenfalten wie ein Fernrohr!«
"Tôi ước mình có thể gấp lại như một chiếc kính viễn vọng!"
"Ich glaube, ich könnte mich zusammenfalten wie ein Teleskop"
"Tôi nghĩ tôi có thể gấp lại như một chiếc kính viễn vọng"
"Wenn ich nur wüsste, wie ich anfangen sollte"
"giá như tôi chỉ biết cách bắt đầu"
Alice ging zurück an den Tisch
Alice quay trở lại bàn
Es bestand die Möglichkeit, einen weiteren Schlüssel zu finden
có cơ hội tìm thấy một chìa khóa khác
Oder es gibt ein Buch mit Regeln
Hoặc có thể có một cuốn sách quy tắc
Das Buch könnte ihr sagen, wie man sich wie ein Teleskop zusammenfaltet

cuốn sách có thể cho cô biết cách gấp lại như kính viễn vọng
Diesmal fand sie ein Fläschchen
Lần này cô tìm thấy một cái chai nhỏ
"Diese Flasche war gewiß vorher nicht hier," sagte Alice
"Chai này chắc chắn không có ở đây trước đây," Alice nói
Und um den Flaschenhals war ein Papieretikett gebunden
và buộc quanh cổ chai là một nhãn giấy
Das Etikett war wunderschön in großen Buchstaben gedruckt
Nhãn được in đẹp bằng chữ lớn
"TRINK MICH"
"UỐNG TÔI"
»Nein, ich werde erst nachsehen«, sagte sie
"Không, tôi sẽ xem trước," cô nói
"Ich werde sehen, ob die Flasche als giftig gekennzeichnet ist oder nicht."
"Tôi sẽ xem cái chai có bị đánh dấu là độc hay không,"
weil sie die Lektion über das Gift nie vergessen hat
Bởi vì cô ấy không bao giờ quên bài học về chất độc
"Wenn eine Flasche als giftig gekennzeichnet ist, wird sie Ihnen bestimmt nicht zustimmen"
"Nếu một chai được dán nhãn độc, nó chắc chắn sẽ không đồng ý với bạn"
Diese Flasche war jedoch nicht als giftig gekennzeichnet
Tuy nhiên, chai này không được đánh dấu là độc
so wagte Alice es, den Inhalt der Flasche zu kosten
vì vậy Alice mạo hiểm nếm thử nội dung của chai
Sie fand die Flüssigkeit ganz nach ihrem Geschmack
cô thấy chất lỏng khá phù hợp với ý thích của mình
Das Getränk hatte einen gemischten Geschmack
thức uống có một loại hương vị hỗn hợp
Kirschkuchen, Vanillepudding und Ananas
bánh tart anh đào, sữa trứng và dứa
Gebratener Truthahn, Toffee und Toast mit heißer Butter
gà tây nướng, kẹo bơ cứng và bánh mì nướng với bơ nóng
und bald trank sie die Flasche aus
và cô ấy nhanh chóng uống hết chai

"Was für ein merkwürdiges Gefühl!" sagte Alice
"Thật là một cảm giác kỳ lạ!" Alice nói
"Ich klappe mich zusammen wie ein Teleskop!"
"Tôi đang gấp lại như một chiếc kính viễn vọng!"
Und sie faltete sich tatsächlich zusammen wie ein Teleskop!
Và cô ấy đang gấp lại như một chiếc kính viễn vọng!
Sie war jetzt nur noch zehn Zentimeter groß
Bây giờ cô chỉ cao mười inch
und ihr Gesicht erhellte sich bei ihren Gedanken
và khuôn mặt cô ấy sáng lên vì những suy nghĩ của cô ấy
Jetzt hatte sie die richtige Größe für das Türchen
bây giờ cô ấy đã có kích thước phù hợp với cánh cửa nhỏ
Jetzt konnte sie in diesen schönen Garten gehen
bây giờ cô có thể đi vào khu vườn xinh xắn đó
Bald hörte sie auf, kleiner zu werden
chẳng mấy chốc, cô ấy ngừng nhỏ hơn
Sie beschloß, sofort in den Garten zu gehen
Cô quyết định đi vào vườn ngay lập tức
aber wehe der armen Alice!
nhưng, than ôi cho Alice tội nghiệp!
Sie kam zur Tür
Cô ấy đến cửa
Aber sie hatte den kleinen goldenen Schlüssel vergessen
nhưng cô đã quên chiếc chìa khóa vàng nhỏ
Sie ging zurück zum Tisch, um den Schlüssel zu holen
Cô quay trở lại bàn lấy chìa khóa
aber sie merkte, daß sie nicht hoch genug greifen konnte
nhưng cô thấy mình không thể vươn tới đủ cao
Sie konnte den Schlüssel ganz deutlich durch das Glas
sehen
cô có thể nhìn thấy chìa khóa khá rõ ràng qua kính
Sie versuchte, die Beine des Tisches hinaufzuklettern
Cô cố gắng trèo lên chân bàn
Aber das Glas war viel zu rutschig
nhưng chiếc kính quá trơn
Irgendwann erschöpfte sie sich mit dem Versuch
cuối cùng cô ấy đã mệt mỏi với việc cố gắng

Und das arme kleine Mädchen setzte sich hin und weinte
và cô bé tội nghiệp ngồi xuống và khóc
Alice sprach ziemlich scharf mit sich selbst
Alice tự nhủ khá sắc bén
"Komm, es hat keinen Zweck, so zu weinen!"
"Nào, khóc như vậy cũng chẳng ích gì!"
"Ich rate dir, gleich aufzuhören!"
"Tôi khuyên bạn nên dừng lại ngay phút này!"
Sie gab sich im Allgemeinen sehr gute Ratschläge
Cô ấy thường cho mình lời khuyên rất tốt
obwohl sie nur sehr selten ihren eigenen Rat befolgte
mặc dù cô ấy rất hiếm khi làm theo lời khuyên của riêng mình
und sie war manchmal zu streng mit sich selbst
và đôi khi cô ấy quá khắc nghiệt với bản thân
und ihre Worte trieben ihr Tränen in die Augen
và lời nói của cô ấy khiến cô ấy rơi nước mắt
Bald fiel ihr Blick auf einen kleinen Glaskasten
Chẳng mấy chốc, mắt cô rơi vào một chiếc hộp thủy tinh nhỏ
Der kleine Glaskasten lag unter dem Tisch
chiếc hộp thủy tinh nhỏ nằm dưới gầm bàn
In dem Glaskasten befand sich ein sehr kleiner Kuchen
Trong hộp thủy tinh là một chiếc bánh rất nhỏ
Auf dem Kuchen waren einige Worte schön geschrieben
Trên chiếc bánh, một số từ được viết đẹp
die Worte waren in Johannisbeeren markiert worden
Những từ đã được đánh dấu bằng nho
"MICH ESSEN"
"ĂN TÔI"
"Nun, ich werde den Kuchen essen," sagte Alice
"Ừm, tôi sẽ ăn bánh," Alice nói
**"Und wenn mich der Kuchen größer werden lässt, kann ich
den Schlüssel erreichen"**
"Và nếu chiếc bánh làm cho tôi lớn hơn, tôi có thể chạm đến
chìa khóa"
**"Und wenn mich der Kuchen kleiner werden lässt, kann ich
unter die Tür kriechen"**
"Và nếu chiếc bánh làm tôi nhỏ hơn, tôi có thể len lỏi dưới

cánh cửa"

"Also so oder so komme ich in den Garten"

"Vậy dù thế nào đi nữa tôi cũng sẽ vào vườn"

"Und es ist mir egal, was von beidem passiert!"

"Và tôi không quan tâm cái nào trong hai điều này xảy ra!"

Sie aß ein wenig von dem Kuchen

Cô ấy ăn một chút bánh

und sie sprach ängstlich zu sich selbst:

và cô lo lắng tự nhủ:

"In welche Richtung? In welche Richtung?"

"Đường nào? Đi theo hướng nào?"

und sie hielt die Hand auf den Kopf

và cô ấy đưa tay lên đầu

Sie wollte spüren, in welche Richtung sie wuchs

cô ấy muốn cảm nhận mình đang phát triển theo hướng nào

Sie war ganz überrascht, als sie erfuhr, was geschehen war

Cô khá ngạc nhiên khi phát hiện ra những gì đã xảy ra

Sie war gleich groß geblieben!

cô ấy vẫn giữ nguyên kích thước!

Also verdoppelte sie dieses Mal ihre Bemühungen

Vì vậy, lần này cô ấy đã nỗ lực gấp đôi

Und bald war der ganze Kuchen fertig

và chẳng mấy chốc, cô ấy đã hoàn thành toàn bộ chiếc bánh

Der Pool der Tränen
Vũng nước mắt

"Das wird immer interessanter!" rief Alice
"Điều này ngày càng thú vị hơn!" Alice kêu lên
Man kann sehen, dass sie sehr überrascht war
Bạn có thể thấy cô ấy rất ngạc nhiên
"Ich öffne mich wie das größte Teleskop, das es je gab!"
"Tôi đang mở ra như kính viễn vọng lớn nhất từng có!"
»Auf Wiedersehen, Füße! Oh, meine armen kleinen Füße"
"Tạm biệt, chân! Ôi, đôi chân nhỏ bé tội nghiệp của tôi"
"Ich frage mich, wer euch jetzt die Schuhe anziehen wird,
meine Lieben?"
"Tôi tự hỏi ai sẽ đi giày cho bạn bây giờ, các bạn thân mến?"
»und ich frage mich, wer Ihre Strümpfe anziehen wird?«
"và tôi tự hỏi ai sẽ mặc tất cho anh?"
"Ich werde viel zu weit weg sein"
"Tôi sẽ ở quá xa"
"Ich werde mich nicht mehr um dich kümmern können"
"Tôi sẽ không thể tự làm phiền mình về bạn nữa"
In diesem Augenblick schlug ihr Kopf gegen etwas
Ngay lúc này, đầu cô đập vào thứ gì đó
Sie hatte das Dach des Saales erreicht
Cô đã lên đến nóc hội trường
Tatsächlich war sie jetzt mehr als zwei Meter groß
Trên thực tế, bây giờ cô ấy đã cao hơn hai mét
und sie ergriff sogleich den kleinen goldenen Schlüssel
và cô ấy ngay lập tức cầm chiếc chìa khóa vàng nhỏ
und sie eilte zur Gartentür
và cô vội vã đi đến cửa vườn
Arme Alice! Es gab nicht viel, was sie tun konnte
Alice tội nghiệp! Cô không thể làm gì nhiều
Sie legte sich auf die Seite
cô nằm ngửa một bên
Und sie blickte mit einem Auge in den Garten hinein
và cô nhìn qua khu vườn bằng một mắt
Aber durchzukommen war hoffnungsloser denn je
nhưng để vượt qua là vô vọng hơn bao giờ hết

Sie setzte sich und fing wieder an zu weinen
Cô ngồi xuống và bắt đầu khóc trở lại
Sie fuhr fort, literweise Tränen zu vergießen
Cô ấy tiếp tục rơi hàng lít nước mắt
Bald war ein großer Pool um sie herum
chẳng mấy chốc có một hồ nước lớn xung quanh cô
und das Wasser reichte bis zur Hälfte des Flurs
và nước đến nửa chừng hành lang
Nach einer Weile hörte sie ein leises Getrappel von Füßen
Sau một lúc, cô nghe thấy tiếng vỗ chân nhỏ
Sie hörte die Füße aus der Ferne kommen
cô nghe thấy tiếng chân phát ra từ xa
Und sie trocknete sich hastig die Augen, um zu sehen, was kommen würde
và cô vội vàng lau khô mắt để xem điều gì sắp xảy ra
Es war das weiße Kaninchen, das zurückkehrte
Đó là Thỏ Trắng trở lại
Er war prächtig gekleidet
anh ấy ăn mặc lộng lẫy
Er hatte ein Paar weiße Handschuhe in der einen Hand
Anh ấy có một đôi găng tay trắng trong một tay
Und in der anderen Hand hatte er einen großen Federfächer
và tay kia anh ta có một chiếc quạt lông vũ lớn
Er kam in großer Eile dahergetrabt
Anh ta chạy vội vã
und er murmelte vor sich hin: »Ach! die Herzogin, die Herzogin!«
và anh lẩm bẩm với chính mình, "Ồ! Nữ công tước, Nữ công tước!"
»Ach! wird sie nicht wild sein, wenn ich sie habe warten lassen?«
"Ồ! cô ấy sẽ không man rợ nếu tôi để cô ấy chờ đợi!"

Als das Kaninchen in ihre Nähe kam, sprach Alice
Khi Thỏ đến gần cô, Alice nói
aber sie sprach mit leiser, schüchterner Stimme
nhưng cô ấy nói bằng một giọng trầm, rụt rè
"Sir, bitte hören Sie für einen Moment auf, was Sie tun"
"Thưa ngài, xin hãy dừng những gì ngài đang làm một chút"
Das Kaninchen erschrak heftig
Con Thỏ giật mình dữ dội
Er ließ die weißen Handschuhe und den Federfächer fallen
Anh ấy làm rơi găng tay trắng và quạt lông vũ
und er eilte fort in die Dunkelheit, so schnell er konnte
và anh ta vội vã đi vào bóng tối nhanh nhất có thể
Alice hob den Federfächer und die Handschuhe auf
Alice nhặt chiếc quạt lông vũ và găng tay
**Und sie fächelte sich immer wieder Luft zu, während sie
sprach**
và cô ấy tiếp tục quạt mình trong khi cô ấy tiếp tục nói
»Liebes, liebes Kind! Wie seltsam ist das alles heute!"
"Thân mến, thân yêu! Mọi thứ hôm nay thật kỳ lạ!"
"Gestern ging es weiter wie bisher"

"Hôm qua mọi thứ diễn ra như bình thường"
"War ich heute Morgen noch so, als ich aufgestanden bin?"
"Tôi có phải là như vậy khi tôi thức dậy sáng nay không?"
"Aber wenn ich nicht mehr derselbe bin, dann ist das eine andere Frage"
"Nhưng nếu tôi không giống nhau, có một câu hỏi khác"
"Wer in aller Welt bin ich?"
"Tôi là ai trên thế giới này?"
"Ah, das ist das große Rätsel!"
"Ah, đó là câu đố tuyệt vời!"
Während sie das sagte, blickte sie auf ihre Hände hinunter
Khi cô ấy nói điều này, cô ấy nhìn xuống bàn tay của mình
Sie trug einen der kleinen weißen Handschuhe des Kaninchens
Cô ấy đang đeo một trong những chiếc thỏ găng tay trắng nhỏ
Sie hatte nicht bemerkt, dass sie den Handschuh angezogen hatte, während sie sprach
Cô ấy đã không nhận ra rằng cô ấy đeo găng tay trong khi nói chuyện
"Wie konnte ich das machen?" dachte sie
"Làm sao tôi có thể làm điều đó?" cô nghĩ
"Ich muss wieder klein werden"
"Tôi phải trở nên nhỏ bé trở lại"
Sie stand auf und ging zum Tisch, um ihre Größe zu messen
Cô đứng dậy và đi đến bàn để đo chiều cao của mình
Sie stellte fest, dass sie jetzt etwa einen halben Meter groß war
Cô ấy phát hiện ra rằng bây giờ cô ấy cao khoảng nửa mét
und sie schrumpfte immer noch schnell
và cô ấy vẫn đang co lại nhanh chóng
Bald fand sie heraus, was die Ursache für das Schrumpfen war
Cô sớm phát hiện ra nguyên nhân của sự co lại là gì
Der Federfächer machte sie wieder kleiner!
chiếc quạt lông vũ đã làm cho cô ấy nhỏ hơn trở lại!
Und sie ließ hastig den Federfächer fallen
và cô ấy vội vã làm rơi chiếc quạt lông vũ

Sie ließ den Federfächer gerade noch rechtzeitig fallen, um sich zu retten

Cô ấy làm rơi chiếc quạt lông vũ đúng lúc để tự cứu mình

Hätte sie sich noch länger Luft zugefächelt, wäre sie völlig zusammengeschrumpft

nếu cô ấy quạt mình lâu hơn nữa, cô ấy sẽ hoàn toàn co rúm lại

»Das war ein knappes Entkommen!« sagte Alice

"Đó là một lối thoát trong gang tấc!" Alice nói

und sie erschrak sehr über die plötzliche Veränderung

và cô rất sợ hãi trước sự thay đổi đột ngột

aber sie war sehr froh, daß sie noch da war

nhưng cô rất vui khi thấy mình vẫn còn tồn tại

"Und jetzt ab in den Garten!"

"Và bây giờ, đi đến vườn!"

Und sie lief mit aller Geschwindigkeit zurück zu der kleinen Tür

Và cô chạy với tất cả tốc độ trở lại cánh cửa nhỏ

Aber ach! Das Türchen wurde wieder geschlossen

nhưng, than ôi! cánh cửa nhỏ lại đóng lại

Und das goldene Schlüsselchen lag wieder auf dem Glastisch

và chiếc chìa khóa vàng nhỏ lại nằm trên bàn kính

"Es ist schlimmer als je!" dachte das arme Kind

"Mọi thứ tồi tệ hơn bao giờ hết," đứa trẻ tội nghiệp nghĩ

"So klein war ich noch nie, niemals!"

"Tôi chưa bao giờ nhỏ bé như thế này trước đây, không bao giờ!"

Bei diesen Worten rutschte ihr Fuß aus

Khi cô ấy nói những lời này, chân cô ấy trượt chân

Und im nächsten Augenblick gab es ein großes Plätschern!

và trong một khoảnh khắc khác, có một tia nước lớn!

Sie stand bis zum Kinn im Salzwasser

cô ấy đã ngập cằm trong nước mặn

Ihre erste Idee war, dass sie irgendwie ins Meer gefallen war

Ý tưởng đầu tiên của cô là bằng cách nào đó cô đã rơi xuống biển

Sie erkannte jedoch bald, worin sie sich befand
Tuy nhiên, cô ấy sớm nhận ra mình đang ở trong những gì
Sie war in einer Tränenlache
cô ấy đang ở trong vũng nước mắt
die Tränen, die sie geweint hatte, als sie zwei Meter groß war
những giọt nước mắt cô đã khóc khi cô cao hai mét

In diesem Augenblick hörte sie etwas
Ngay sau đó cô nghe thấy điều gì đó
Etwas plätscherte im Pool herum
Có thứ gì đó đang bắn tung tóe trong hồ bơi
Das Plätschern kam aus einiger Entfernung
tiếng bắn tung tóe đến từ một khoảng cách nhỏ
und sie schwamm näher, um zu sehen, was das Plätschern war
và cô bơi gần hơn để xem nước bắn tung tóe là gì

Bald sah sie, dass es nur eine kleine Maus war
cô nhanh chóng nhận ra rằng đó chỉ là một con chuột nhỏ
Auch die kleine Maus war ins Wasser geschlüpft
Con chuột nhỏ cũng đã trượt xuống nước
Alice dachte bei sich über die Situation nach
Alice tự nghĩ về tình huống
"Würde es etwas nützen, mit dieser Maus zu sprechen?"
"Nói chuyện với con chuột này có ích gì không?"
"Hier unten steht alles auf dem Kopf"
"Mọi thứ ở đây đều lộn ngược"
**"Ich denke, es ist sehr wahrscheinlich, dass diese Maus
sprechen kann."**
"Tôi nên nghĩ rất có thể con chuột này có thể nói chuyện"
"Es schadet jedenfalls nicht, es zu versuchen"
"Dù sao đi nữa, không có hại gì khi cố gắng"
Also begann sie zu versuchen, mit der Maus zu sprechen
Vì vậy, cô bắt đầu cố gắng nói chuyện với con chuột
"Oh Maus, kennst du den Weg aus diesem Pool?"
"Ôi chuột, cậu có biết cách thoát khỏi hồ bơi này không?"
"Ich bin es leid, hier herumzuschwimmen, oh Maus!"
"Tôi rất mệt mỏi khi bơi ở đây, Oh Mouse!"
Die Maus schaute sie ziemlich neugierig an
Con chuột nhìn cô khá tò mò
Die Maus schien mit einem ihrer kleinen Augen zu blinzeln
Con chuột dường như nháy mắt với một trong những đôi mắt
nhỏ của nó
Aber die kleine Maus sagte nichts
Nhưng con chuột nhỏ không nói gì
"Vielleicht versteht die Maus kein Englisch!" dachte Alice
"Có lẽ con chuột không hiểu tiếng Anh," Alice nghĩ
"Ich wage zu behaupten, es ist eine französische Maus"
"Tôi dám nói đó là một con chuột Pháp"
**"Vielleicht kam diese Maus mit Wilhelm dem Eroberer
herüber"**
"có lẽ con chuột này đã đến với William the Conqueror"
Also fing sie wieder an, auf Französisch
Vì vậy, cô ấy bắt đầu lại, bằng tiếng Pháp

"Wo ist meine Katze?", fragte sie auf Französisch

"Con mèo của tôi đâu?" cô hỏi bằng tiếng Pháp

es war der erste Satz in ihrem französischen Unterrichtsbuch

đó là câu đầu tiên trong sách bài học tiếng Pháp của cô ấy

Die Maus machte einen plötzlichen Sprung aus dem Wasser

Chuột đột ngột nhảy lên khỏi mặt nước

Und die Maus schien am ganzen Leibe vor Schreck zu zittern

và con chuột dường như run rẩy vì sợ hãi

"Oh, ich bitte um Verzeihung!" rief Alice hastig

"Ồ, tôi xin lỗi anh!" Alice vội vàng kêu lên

Sie fürchtete, sie habe die Gefühle des armen Tieres verletzt

cô sợ rằng mình đã làm tổn thương cảm xúc của con vật tội nghiệp

"Ich habe ganz vergessen, dass du keine Katzen magst"

"Tôi hoàn toàn quên rằng bạn không thích mèo"

"Ich mag keine Katzen!" rief die Maus mit schriller, leidenschaftlicher Stimme

"Tôi không thích mèo!" Chuột kêu lên bằng giọng chói tai, nồng nàn

"Hättest du gerne Katzen, wenn du ich wärst?"

"Anh có muốn mèo không, nếu anh là tôi?"

Alice tröstete die Maus in einem beruhigenden Ton

Alice an ủi con chuột bằng giọng nhẹ nhàng

"Naja, vielleicht würde ich an deiner Stelle auch keine Katzen mögen"

"Chà, có lẽ tôi sẽ không thích mèo nếu tôi cũng là bạn"

"Bitte ärgern Sie sich nicht über die Erwähnung von Katzen"

"Xin đừng tức giận vì nhắc đến mèo"

"Und doch wünschte ich, ich könnte dir unsere Katze Dina zeigen"

"Vậy mà tôi ước gì tôi có thể cho cô thấy con mèo Dinah của chúng tôi"

"Wenn du sie treffen würdest, würdest du wohl Gefallen an Katzen finden"

"Nếu bạn gặp cô ấy, tôi nghĩ bạn sẽ thích mèo"

"Wenn du sie nur sehen könntest"

"Giá như bạn có thể nhìn thấy cô ấy"
"Sie ist so ein liebes, stilles Ding"
"Cô ấy là một thứ đáng yêu, trầm lặng"
Die Maus zitterte am ganzen Körper
Con chuột run rẩy khắp người
Alice war sich sicher, dass die Maus wirklich beleidigt sein musste
Alice cảm thấy chắc chắn rằng con chuột phải thực sự bị xúc phạm
"Wir reden nicht mehr über sie, wenn du lieber nicht willst"
"Chúng ta sẽ không nói về cô ấy nữa, nếu anh không muốn"
"Wir, allerdings!" rief die Maus
"Chúng tôi, thực sự!" Chuột kêu lên
Die Maus zitterte bis zum Ende ihres Schwanzes
Con chuột đang run rẩy đến cuối đuôi của nó
»Als ob ich über so ein Thema reden würde!«
"Như thể tôi sẽ nói về một chủ đề như vậy!"
"Unsere Familie hat Katzen schon immer gehasst"
"Gia đình chúng tôi luôn ghét mèo"
"Katzen; Gemeine, niedrige, gemeine Dinger!"
"Mèo; những thứ khó chịu, thấp hèn, thô tục!"
"Laß mich den Namen nicht noch einmal hören!"
"Đừng để tôi nghe tên nữa!"
"Katzen will ich ja nicht mehr erwähnen!" sagte Alice
"Tôi sẽ không nhắc đến mèo nữa!" Alice nói
Sie hatte es sehr eilig, das Thema zu wechseln
cô ấy rất vội vàng thay đổi chủ đề
"Bist du... Lieben Sie Hunde?«
"Bạn là... Anh có thích chó không?"
"Es gibt so einen netten kleinen Hund in der Nähe unseres Hauses."
"Có một nhỏ xinh xắn gần nhà chúng tôi,"
"Ich möchte dir den kleinen Hund zeigen!"
"Tôi muốn cho bạn xem nhỏ!"
"Dieser kleine Hund tötet alle Ratten und...
"nhỏ này giết tất cả những con chuột và...
»O je!« rief Alice in traurigem Tone

"Ôi, em yêu!" Alice kêu lên với giọng buồn bã

»Ich fürchte, ich habe dich schon wieder beleidigt!«

"Tôi e rằng tôi đã xúc phạm bạn một lần nữa!"

Die Maus schwamm so schnell sie konnte von ihr weg

Con chuột đang bơi ra khỏi cô ấy nhanh nhất có thể

Und die Maus machte einen ziemlichen Aufruhr im Tümpel

và con chuột đã gây ra một tiếng ồn ào trong hồ bơi

Da rief sie leise der Maus nach

Vì vậy, cô ấy nhẹ nhàng gọi theo con chuột

"Meine liebe Maus, komm bitte zurück!"

"Con chuột thân yêu của tôi, xin hãy quay lại!"

"Und wir werden nicht über Katzen sprechen"

"Và chúng ta sẽ không nói về mèo"

"Und über Hunde müssen wir auch nicht reden"

"Và chúng ta cũng không cần phải nói về chó"

Als die Maus das hörte, drehte sie sich um

Khi chuột nghe thấy điều này, nó quay lại

Und die kleine Maus schwamm langsam zu ihr zurück

và con chuột nhỏ chậm rãi bơi trở lại chỗ cô

Das Gesicht der Maus war ganz blaß

Khuôn mặt của con chuột khá nhợt nhạt

Und die Maus sprach mit leiser, zitternder Stimme

và con chuột nói, bằng một giọng trầm, run rẩy

"Lasst uns ans Ufer gehen"

"Chúng ta hãy lên bờ"

"Und dann erzähle ich dir meine Geschichte"

"và sau đó tôi sẽ kể cho bạn biết lịch sử của tôi"

"Und du wirst verstehen, warum ich Katzen und Hunde hasse"

"và bạn sẽ hiểu tại sao tôi ghét chó mèo"

Es war höchste Zeit zu gehen

Đã đến lúc phải đi

weil der Pool ziemlich voll wurde

Bởi vì hồ bơi đang trở nên khá đông đúc

Andere Vögel und Tiere waren in den Pool gefallen

những con chim và động vật khác đã rơi xuống hồ bơi

es gab eine Ente und einen Dodo

có một con vịt và một con Dodo
und da waren ein Lory-Vogel und ein Adler
và có một con chim Lory và một con Eaglet
und es gab noch einige andere interessant aussehende Kreaturen
và có một số sinh vật trông thú vị khác
Alice führte den Weg aus dem Pool
Alice dẫn đường ra khỏi hồ bơi
und die ganze Gesellschaft der Tiere schwamm ans Ufer
và cả nhóm động vật bơi vào bờ

Ein Caucus-Rennen und ein langer Schwanz
Một cuộc đua kín và một cái đuôi dài
Es waren in der Tat ein lustig aussehender Haufen Tiere
Chúng thực sự là một nhóm động vật trông ngộ nghĩnh
und sie versammelten sich alle am Ufer des Wassers
và tất cả họ tập trung trên bờ nước
die Vögel hatten alle zerzauste Federn
tất cả những con chim đều có lông xù
und die pelzigen Tiere waren durchnässt
và những con vật lông lá đã bị ướt sũng
und alle waren triefend nass, genervt und unwohl
và tất cả đều ướt sũng, khó chịu và khó chịu

Es gab eine Frage, die zuerst beantwortet werden musste
Có một câu hỏi phải được trả lời trước
Was ist der beste Weg für alle, um trocken zu werden?
Cách tốt nhất để mọi người bị khô là gì?
Sie hatten eine Konsultation zu diesem Thema
Họ đã có một cuộc tham vấn về vấn đề này
Bald waren sie alle auf vertrautem Einvernehmen
chẳng mấy chốc, tất cả họ đều có những điều kiện quen thuộc
Es war, als ob sie sie ihr ganzes Leben lang gekannt hätte

như thể cô đã biết họ cả đời

Die Maus schien eine Person mit einer gewissen Autorität zu sein

Con chuột dường như là một người có thẩm quyền nào đó

"Setzt euch, ihr alle, und hört mir zu!"

"Ngồi xuống, tất cả các bạn, và nghe tôi!

"Ich werde euch bald wieder alle trocken machen!"

"Tôi sẽ sớm làm cho tất cả các bạn khô ráo trở lại!"

Sie setzten sich alle auf einmal in einem großen Ring nieder

Tất cả họ ngồi xuống cùng một lúc, trong một vòng tròn lớn

Und die kleine Maus saß in der Mitte

và con chuột nhỏ ngồi ở giữa

"Ähm!" sagte die Maus mit einer wichtigen Miene

"Ahem!" con chuột nói với một khí chất quan trọng

"Seid ihr bereit?"

"Tất cả các bạn đã sẵn sàng chưa?"

"Das ist das Trockenste, was ich kenne"

"Đây là điều khô khan nhất mà tôi biết"

»Schweigen Sie ringsum, wenn Sie wollen!«

"Im lặng xung quanh, nếu anh muốn!"

"Wilhelm der Eroberer wurde vom Papst begünstigt"

"William the Conqueror được giáo hoàng ưu ái"

"aber er wurde bald von den Engländern unterworfen"

"nhưng anh ta nhanh chóng bị người Anh khuất phục"

"Sie wollten in letzter Zeit Führer"

"Họ muốn các nhà lãnh đạo gần đây"

"Und sie waren an Macht und Eroberung gewöhnt"

"và họ đã quen với quyền lực và chinh phục"

"Edwin und Morcar, die Grafen von Mercia und Northumbria"

"Edwin và Morcar, Bá tước Mercia và Northumbria"

»Pfui!« sagte der Lori-Vogel mit einem Schauer

"Ugh!" con chim lori nói, với một sự rùng mình

"und sogar Stigand, der patriotische Erzbischof von Canterbury"

"và thậm chí cả Stigand, tổng giám mục yêu nước của Canterbury"

"Er fand es auch ratsam"
"Anh ấy cũng thấy điều đó được khuyến khích"
"Was hielt er für ratsam?" fragte die Ente
"Anh ta thấy nên làm gì?" con vịt nói
"Er fand es ratsam", antwortete die Maus ziemlich verärgert
"Anh ấy thấy điều đó được khuyến khích," con chuột trả lời
khá ngang qua
aber die Ente war nicht zufrieden
Nhưng con vịt không hài lòng
"Natürlich weißt du, was 'es' bedeutet"
"Tất nhiên, bạn biết 'nó' có nghĩa là gì"
"Ich weiß, was es ist, wenn ich etwas finde," sagte die Ente
"Tôi biết 'nó' là gì khi tôi tìm thấy một thứ," con vịt nói
"Es ist in der Regel ein Frosch oder ein Wurm"
"Nó thường là một con ếch hoặc một con sâu"
"Die Frage ist, was hat der Erzbischof gefunden?"
"Câu hỏi đặt ra là, Đức Tổng Giám mục đã tìm thấy gì?"
Die Maus bemerkte diese Frage nicht
Con chuột không nhận thấy câu hỏi này
Stattdessen fuhr die Maus hastig mit der Rede fort
Thay vào đó, con chuột vội vã tiếp tục bài phát biểu
"Er fand es ratsam, mit Edgar Atheling zu gehen"
"Anh ấy thấy nên đi với Edgar Atheling"
"um William zu treffen und ihm die Krone anzubieten"
"gặp William và trao vương miện cho anh ta"
fuhr die Maus fort und wandte sich dabei an Alice
con chuột tiếp tục, quay sang Alice khi nó nói
»Wie geht es dir jetzt, meine Liebe?«
"Bây giờ anh thế nào, em yêu?"
»So naß wie immer,« sagte Alice in melancholischem Tone
"Ướt át như mọi khi," Alice nói với giọng u sầu
"Diese Geschichte scheint mich überhaupt nicht
auszutrocknen"
"Câu chuyện này dường như không làm tôi khô chút nào"
»In diesem Falle,« sagte der Dodo feierlich und erhob sich
"Trong trường hợp đó," dodo trịnh trọng nói, đứng dậy
"Ich stimme dafür, dass die Sitzung vertagt wird"

"Tôi bỏ phiếu hoãn cuộc họp"

**"und ich schlage vor, sofort energischere Heilmittel zu
ergreifen"**

"và tôi đề xuất áp dụng ngay lập tức các biện pháp khắc phục
mạnh mẽ hơn"

"Sprich wahre Worte!" sagte der Adler

"Nói những lời thật!" con đại bàng nói

**"Ich weiß nicht, was die Hälfte dieser langen Worte
bedeutet"**

"Tôi không biết ý nghĩa của một nửa những từ dài đó"

»und außerdem glaube ich nicht, daß Sie es wissen!«

"Và, hơn thế nữa, tôi cũng không tin anh biết!"

»Was ich sagen wollte«, sagte der Dodo in beleidigtem Ton

"Tôi định nói gì," con dodo nói với giọng xúc phạm

**"Das Beste, was uns trocken kriegt, wäre ein Caucus-
Rennen"**

"Điều tốt nhất để làm cho chúng tôi khô khan sẽ là một cuộc
đua kín"

»Was ist ein Caucus-Rennen?« fragte Alice

"Cuộc đua kín là gì?" Alice nói

"Nun", sagte der Dodo, "der beste Weg, es zu erklären, ist, es
zu tun."
"Chà," dodo nói, "cách tốt nhất để giải thích nó là làm điều đó"
"Zuerst steckte der Dodo eine Rennbahn ab"
"Đầu tiên, con dodo đánh dấu một đường đua"
"Die Strecke verlief in einer Art Kreis"
"Đường đua nằm trong một loại vòng tròn"
**"Und dann wurde die ganze Gesellschaft entlang der Strecke
platziert"**
"Và sau đó tất cả các nhóm được đặt dọc theo đường đua"
Es gab kein "Eins, zwei, drei und weg!"
Không có "Một, hai, ba và đi!"
aber sie fingen an zu rennen, wann sie wollten
nhưng họ bắt đầu chạy khi họ thích
Und sie beendeten auch, wenn sie wollten
và họ cũng hoàn thành khi họ thích
**Es war also nicht einfach zu wissen, wann das Rennen
vorbei war**
Vì vậy, không dễ dàng để biết khi nào cuộc đua kết thúc
**Nach etwa einer halben Stunde Laufen waren sie alle
ziemlich trocken**
Sau nửa giờ chạy hoặc lâu hơn, tất cả đều khá khô
der Dodo rief plötzlich: "Das Rennen ist vorbei!"
con dodo đột nhiên gọi, "Cuộc đua đã kết thúc!"
Und sie drängten sich alle um den Dodo
và tất cả họ đều chen chúc xung quanh dodo
Alle Tiere hechelten und schnauften
tất cả các con vật đều thở hổn hển và thở hổn hển
und sie alle wollten wissen: "Aber wer hat gewonnen?"
và tất cả họ đều muốn biết, "Nhưng ai đã thắng?"
Diese Frage konnte der Dodo nicht sofort beantworten
Câu hỏi này dodo không thể trả lời ngay lập tức
Zuerst musste er sehr viel nachdenken
Đầu tiên anh phải suy nghĩ rất nhiều
Nach langem Nachdenken sprach der Dodo schließlich
Sau khi suy nghĩ nhiều, con Dodo cuối cùng cũng lên tiếng

"Jeder hat gewonnen, und jeder muss Preise haben"
"Mọi người đều thắng, và tất cả đều phải có giải thưởng"
»Aber wer soll die Preise geben?« fragte ein Chor von Stimmen
"Nhưng ai sẽ trao giải thưởng?" một dàn hợp xướng giọng nói hỏi
"Nun, sie natürlich", sagte der Dodo
"Chà, cô ấy, tất nhiên," dodo nói
und der Dodo deutete mit einem Finger auf Alice
và con dodo chỉ bằng một ngón tay vào Alice
und die ganze Gesellschaft von Tieren drängte sich um sie
và cả nhóm động vật chen chúc xung quanh cô
sie riefen verwirrt: »Preise! Preise!"
họ gọi, một cách bối rối, "Giải thưởng! Giải thưởng!"
Alice hatte keine Ahnung, was sie tun sollte
Alice không biết phải làm gì
Verzweifelt steckte sie die Hand in die Tasche
trong tuyệt vọng, cô đút tay vào túi
Und sie zog eine Schachtel mit Süßigkeiten hervor
và cô ấy lấy ra một hộp kẹo
Glücklicherweise war das Salzwasser nicht in den Kasten gelangt
may mắn thay, nước mặn đã không lọt vào hộp
Und sie reichte die Süßigkeiten als Preise herum
và cô ấy đưa kẹo xung quanh như một giải thưởng
Es gab genau ein Stück für jeden
Có chính xác một mảnh ghép cho tất cả mọi người
Das nächste, was sie tun mussten, war, die Süßigkeiten zu essen
Điều tiếp theo họ phải làm là ăn đồ ngọt
Dies verursachte einige Geräusche und Verwirrung
Điều này gây ra một số tiếng ồn và nhầm lẫn
Die großen Vögel klagten, dass sie ihre Süßigkeiten nicht schmecken konnten
Những con chim lớn phàn nàn rằng chúng không thể nếm thứ đồ ngọt của chúng
Die Kleinen verschluckten sich und mussten auf den

Rücken geklopft werden
những con nhỏ bị nghẹt thở và phải vỗ vào lưng
Doch dann war es endlich vorbei
Tuy nhiên, cuối cùng nó đã kết thúc
Und sie setzten sich wieder in einem Ring nieder
và họ lại ngồi xuống trong một vòng tròn
Und sie flehten die Maus an, ihnen noch etwas zu erzählen
và họ cầu xin con chuột nói thêm điều gì đó
»Du hast versprochen, mir deine Geschichte zu erzählen, weißt du,« sagte Alice
"Anh đã hứa sẽ kể cho tôi nghe lịch sử của anh, anh biết đấy," Alice nói
und sie machte noch eine kleine Bemerkung über Katzen im Flüsterton
và cô ấy thì thầm một nhận xét nhỏ về mèo
Sie wollte die Maus nicht noch einmal beleidigen
cô ấy không muốn xúc phạm con chuột một lần nữa
die kleine Maus drehte sich zu Alice um und seufzte
con chuột nhỏ quay sang Alice và thở dài
"Meine Geschichte ist lang und traurig!"
"Câu chuyện của tôi là một câu chuyện dài và buồn!"
»Es ist gewiß ein langer Schwanz,« sagte Alice
"Chắc chắn là một cái đuôi dài," Alice nói
Und sie blickte verwundert auf den Schwanz der Maus hinunter
và cô ấy nhìn xuống với sự ngạc nhiên về phía đuôi chuột
"Aber warum nennst du es einen traurigen Schwanz?"
"Nhưng tại sao anh lại gọi nó là một cái đuôi buồn?"
Und sie rätselte unaufhörlich, während die Maus sprach
Và cô ấy tiếp tục bối rối về điều đó trong khi con chuột đang nói
so daß ihre Vorstellung von der Geschichte ungefähr so aussah
vì vậy ý tưởng của cô ấy về câu chuyện là một cái gì đó như thế này

"Fury said to
a mouse, That
he met in the
house, 'Let
us both go
to law: *I*
will prosecute
you.—
Come, I'll
take no denial:
We must have
the trial;
For really
this morning
I've
nothing
to do.'
Said the
mouse to
the cur,
'Such a
trial, dear
sir, With
no jury
or judge,
would
be wasting
our
breath.'
'I'll be
judge,
I'll be
jury,'
said
cunning
old
Fury:
'I'll
try
the
whole
cause,
and
condemn
you to
death.'"

Fury sagte zu einer Maus, die er im Haus getroffen hat."

Fury nói với một con chuột, Rằng nó đã gặp trong nhà"

Lasst uns beide vor Gericht gehen: Ich werde euch anklagen

Cả hai chúng ta hãy ra tùa: Tôi sẽ truy tố bạn

**Kommen Sie, ich leugne es nicht: Wir müssen den Prozeß
haben**

Nào, tôi sẽ không phủ nhận: Chúng ta phải có phiên tòa

Denn heute morgen habe ich wirklich nichts zu tun

Vì thực sự sáng nay tôi không có gì để làm

Sagte die Maus zum Pfarrer;

Con chuột nói với lời nguyền rủa;

**Ein solcher Prozeß, lieber Herr, ohne Geschworene und
Richter, würde uns den Atem rauben**

Một phiên tòa như vậy, thưa ngài, nếu không có bồi thẩm
đoàn hay thẩm phán, sẽ lãng phí hơi thở của chúng tôi
**»Ich werde Richter sein, ich werde Geschworener sein«,
sagte der schlaue alte Fury**
"Tôi sẽ là thẩm phán, tôi sẽ là bồi thẩm đoàn," Fury già xảo
quyệt nói
**Ich werde die ganze Sache prüfen und dich zum Tode
verurteilen**
Tôi sẽ xét xử toàn bộ chính nghĩa, và kết án tử hình các bạn
die Maus sprach streng zu Alice
con chuột nói chuyện nghiêm khắc với Alice
"Du passt nicht auf!"
"Anh không chú ý!"
"Woran denkst du?"
"Anh đang nghĩ gì vậy?"
»Ich bitte um Verzeihung,« sagte Alice sehr demütig
"Tôi xin lỗi anh," Alice nói rất khiêm tốn
»Sie waren in der fünften Kurve angelangt, glaube ich?«
"Anh đã đến khúc cua thứ năm, tôi nghĩ vậy?"
"Du beleidigst mich, indem du so einen Unsinn redest!"
"Anh xúc phạm tôi bằng cách nói những điều vô nghĩa như
vậy!"
Und die Maus stand auf und ging weg
và con chuột đứng dậy và bỏ đi
Alice rief der kleinen Maus hinterher
Alice gọi theo con chuột nhỏ
"Bitte komm zurück und beende deine Geschichte!"
"Xin hãy quay lại và kết thúc câu chuyện của bạn!"
Und die andern stimmten alle in den Chor ein
Và tất cả những người khác đều tham gia hợp xướng
"Ja, bitte beenden Sie Ihre Geschichte!"
"Vâng, xin hãy kết thúc câu chuyện của bạn!"
Aber die Maus schüttelte nur ungeduldig den Kopf
Nhưng con chuột chỉ lắc đầu một cách thiếu kiên nhẫn
Und die kleine Maus ging ein wenig schneller
và con chuột nhỏ đi nhanh hơn một chút
"Ich wünschte, ich hätte Dinah, unsere Katze, hier!" sagte

Alice
"Tôi ước gì tôi có Dinah, con mèo của chúng tôi, ở đây!" Alice
nói
Dies erregte in der Partei ein bemerkenswertes Aufsehen
Điều này đã gây ra một cảm giác đáng chú ý trong bữa tiệc
Einige der Vögel eilten sofort davon
Một số con chim vội vã bỏ đi ngay lập tức
**und ein Kanarienvogel rief mit zitternder Stimme seinen
Kindern zu;**
và một con chim hoàng yến kêu với những đứa trẻ của nó
bằng giọng run rẩy;
»Kommt fort, meine Lieben!«
"Đi đi, các bạn thân mến!"
"Es ist höchste Zeit, dass ihr alle im Bett seid!"
"Đã đến lúc tất cả các bạn phải lên giường!"
Mit verschiedenen Ausreden gingen sie alle weg
với nhiều lý do khác nhau, tất cả đều biến mất
und Alice war bald allein
và Alice nhanh chóng bị bỏ lại một mình
"Ich wünschte, ich hätte Dina nicht erwähnt!"
"Tôi ước gì tôi không nhắc đến Dinah!"
"Niemand scheint sie hier unten zu mögen"
"Có vẻ như không ai thích cô ấy ở đây"
**"Aber ich bin mir sicher, dass sie die beste Katze von der
Welt ist!"**
"Nhưng tôi chắc chắn rằng cô ấy là con mèo tốt nhất trên thế
giới!"
Die arme Alice fing wieder an zu weinen
Alice tội nghiệp lại bắt đầu khóc
weil sie sich sehr einsam und niedergeschlagen fühlte
Bởi vì cô ấy cảm thấy rất cô đơn và thấp thỏm
Nach einer Weile aber hörte sie wieder etwas
Tuy nhiên, sau một lúc, cô lại nghe thấy điều gì đó
ein leises Getrappel von Schritten in der Ferne
một tiếng bước chân nhỏ ở phía xa
und sie blickte eifrig auf
và cô ấy háo hức nhìn lên

Der Hase schickt den kleinen Mr. Bill herein
Con thỏ gửi ông Bill bé nhỏ vào

Es war das weiße Kaninchen, das langsam wieder zurücktrabte

Đó là con thỏ trắng, chạy chậm rãi trở lại một lần nữa

Er sah sich ängstlich um, während er ging

anh ấy đang lo lắng nhìn xung quanh khi anh ấy đi

Er sah aus, als hätte er etwas verloren

anh ta trông như thế anh ta đã mất một cái gì đó

Alice hörte, wie er vor sich hin murmelte

Alice nghe thấy anh lẩm bẩm với chính mình

»Die Herzogin! Die Herzogin! Oh, meine lieben Pfoten!"

"Nữ công tước! Nữ công tước! Ôi, bàn chân thân yêu của tôi!"

"Oh, mein Fell und meine Schnurrhaare!"

"Ôi, bộ lông và râu của tôi!"

"Sie wird mich hinrichten lassen, da bin ich mir sicher"

"Cô ấy sẽ xử tử tôi, tôi chắc chắn về điều đó"

"Genauso sicher, wie Frettchen Frettchen sind!"

"Chắc chắn như chồn hương là chồn hương!"

"Wo kann ich meine Sachen abgestellt haben, frage ich mich?"

"Tôi có thể đánh rơi đồ đạc của mình ở đâu, tôi tự hỏi?"

Alice erriet in einem Augenblick, was er suchte

Alice đoán được trong giây lát anh đang tìm kiếm gì

Er war auf der Suche nach dem Federfächer

anh ấy đang tìm kiếm chiếc quạt lông vũ

Und er suchte nach dem Paar weißer Handschuhe
và anh ta đang tìm kiếm đôi găng tay trắng
So machte sie sich sehr gutmütig auf die Suche nach den Handschuhen
Vì vậy, cô ấy rất tốt bụng bắt đầu tìm găng tay
Und sie suchte auch nach dem Federfächer
và cô ấy cũng tìm kiếm chiếc quạt lông vũ
Aber die Handschuhe und der Federfächer waren nirgends zu sehen
nhưng găng tay và quạt lông vũ không được nhìn thấy ở đâu
Alles schien sich verändert zu haben, seit sie im Pool geschwommen war
Mọi thứ dường như đã thay đổi kể từ khi cô bơi trong hồ bơi
Nichts war mehr so, wie es war, seit sie in der Großen Halle gewesen war
Không có gì giống nhau kể từ khi cô ấy ở trong Đại sảnh
und der Glastisch war verschwunden
và chiếc bàn kính đã biến mất
Und die kleine Tür war auch nicht da
và cánh cửa nhỏ cũng không ở đó
Sehr bald bemerkte das Kaninchen Alice
Rất nhanh thì, con thỏ nhận ra Alice
rief er ihr in zornigem Ton zu
anh gọi cô với giọng giận dữ
"Mary Ann, was machst du hier draußen?"
"Mary Ann, cô đang làm gì ở đây?"
"Lauf in diesem Moment nach Hause"
"Chạy về nhà ngay bây giờ"
"Und hol mir ein Paar Handschuhe und einen Federfächer!"
"Và lấy cho tôi một đôi găng tay và một chiếc quạt lông vũ!"
"Und beeil dich!"
"Và nhanh chóng về nó!"
Alice sprach mit sich selbst, als sie davonrannte
Alice tự nhủ khi cô chạy đi
"Er muss mich für sein Hausmädchen gehalten haben!"
"Chắc hẳn hắn đã nhầm tôi với người giúp việc của hắn!"
"Wie überrascht wird er sein, wenn er herausfindet, wer ich

bin!"
"Anh ấy sẽ ngạc nhiên biết bao khi phát hiện ra tôi là ai!"
Während sie dies sagte, stieß sie auf ein hübsches Häuschen
Khi cô ấy nói điều này, cô ấy bắt gặp một ngôi nhà nhỏ gọn gàng
An der Tür des Hauses hing eine helle Messingplatte
Trên cửa nhà là một tấm đồng sáng
"W. HASE"
"W. THỎ"
Sie trat ein, ohne an die Tür zu klopfen
Cô đi vào mà không gõ cửa
und sie eilte geradewegs die Treppe hinauf
và cô vội vã đi thẳng lên lầu
sie machte sich Sorgen, dass sie die echte Mary Ann treffen könnte
cô ấy lo lắng rằng cô ấy có thể gặp Mary Ann thực sự
denn dann würde sie aus dem Haus gejagt werden
bởi vì khi đó cô ấy sẽ bị đuổi ra khỏi nhà
Und sie würde den Federfächer und die Handschuhe nicht finden können
và cô ấy sẽ không thể tìm thấy chiếc quạt lông vũ và găng tay
Alice hatte den Weg in ein aufgeräumtes Kämmerlein gefunden
Alice đã tìm đường vào một căn phòng nhỏ gọn gàng
Im Zimmer stand ein Tisch am Fenster
Trong phòng có một chiếc bàn cạnh cửa sổ
und auf dem Tisch stand ein Federfächer
và trên bàn là một chiếc quạt lông vũ
Und da waren zwei oder drei Paar winzige weiße Handschuhe
và có hai hoặc ba đôi găng tay trắng nhỏ
Sie hob den Federfächer und ein Paar Handschuhe auf
Cô nhặt chiếc quạt lông vũ và một đôi găng tay
und sie war eben im Begriff, das Zimmer zu verlassen
và cô ấy sắp rời khỏi phòng
Aber dann fiel ihr Blick auf ein Fläschchen
nhưng rồi mắt cô rơi vào một cái chai nhỏ

Sie entkorkte die Flasche und führte sie an ihre Lippen
Cô mở nút chai và đặt nó lên môi
"Ich hoffe, dass ich dadurch wieder groß werde"
"Tôi hy vọng nó sẽ khiến tôi lớn lên một lần nữa"
"Ich bin es leid, so ein winziges Ding zu sein!"
"Tôi mệt mỏi vì trở thành một thứ nhỏ bé như vậy!"
Alice hatte kaum die halbe Flasche getrunken
Alice hầu như không uống được một nửa chai
Ihr Kopf drückte bereits gegen die Decke
đầu cô ấy đã ấn vào trần nhà
und sie musste sich bücken
và cô ấy phải cúi xuống
um ihr das Genick vor dem Genickbruch zu bewahren
để cứu cổ cô ấy khỏi bị gãy
Hastig stellte sie die Flasche ab
Cô vội vã đặt chai xuống
"Das reicht"
"Vậy là khá đủ"
"Ich hoffe, ich wachse nicht mehr"
"Tôi hy vọng tôi không lớn lên nữa"
Leider! Es war zu spät, das zu wünschen!
Than ôi! Đã quá muộn để ước điều đó!
Sie wuchs und wuchs weiter
Cô ấy tiếp tục phát triển và phát triển
und sehr bald musste sie sich auf den Boden knien
và rất nhanh chóng cô phải quỳ xuống sàn nhà
und selbst dann wuchs sie weiter
và thậm chí sau đó cô ấy vẫn tiếp tục phát triển
Als letztes Mittel streckte sie einen Arm aus dem Fenster
như một nguồn lực cuối cùng, cô đưa một cánh tay ra ngoài
cửa sổ
und sie setzte einen Fuß auf den Schornstein
và cô ấy đặt một chân lên ống khói
"Jetzt kann ich nicht mehr, was auch immer passiert"
"Bây giờ tôi không thể làm gì nữa, bất cứ điều gì xảy ra"
»Was wird aus mir?«
"Tôi sẽ ra sao?"

Alice hatte Glück
Alice đã có một điểm may mắn
**Das kleine Zauberfläschchen hatte seine volle Wirkung
entfaltet**
Chai ma thuật nhỏ đã có tác dụng đầy đủ
und Alice wurde nicht größer, als sie war
và Alice không lớn hơn cô ấy
Nach ein paar Minuten hörte sie draußen eine Stimme
Sau vài phút, cô nghe thấy một giọng nói bên ngoài
Und sie blieb stehen, um der Stimme zu lauschen
và cô dừng lại để lắng nghe giọng nói
»Mary Ann! Mary Ann!« sagte die Stimme
"Mary Ann! Mary Ann!" giọng nói
"Hol mir gleich meine Handschuhe!"
"Lấy găng tay cho tôi ngay bây giờ!"
Dann ertönte ein leises Getrappel von Füßen auf der Treppe
Sau đó là một tiếng vỗ chân nhỏ trên cầu thang
**Alice wusste, dass es das Kaninchen war, das kam, um sie zu
suchen**
Alice biết đó là con thỏ đến tìm cô
und sie zitterte, bis sie das Haus erschütterte
và nàng run rẩy cho đến khi làm rung chuyển ngôi nhà
Sie vergaß ganz, welche Proportionen sie hatte
cô hoàn toàn quên tỷ lệ của mình là gì

Sie war tausendmal so groß wie das Kaninchen
cô ấy lớn gấp ngàn lần con thỏ
und sie hatte keinen Grund, sich vor einem Kaninchen zu fürchten
và cô không có lý do gì để sợ thỏ
Bald kam das Kaninchen an die Tür heran
Ngay sau đó, con thỏ đến cửa
Und das kleine Kaninchen versuchte, die Tür zu öffnen
và con thỏ nhỏ cố gắng mở cửa
Die Tür begann sich nach innen zu öffnen
cánh cửa bắt đầu mở ra bên trong
aber Alices Ellbogen wurde hart gegen die Tür gedrückt
nhưng khuỷu tay của Alice bị ép mạnh vào cửa
Dieser Versuch erwies sich als Fehlschlag
Nỗ lực đó đã thất bại
Alice hörte, wie das Kaninchen mit sich selbst sprach
Alice nghe thấy con thỏ nói với chính mình
"Dann gehe ich herum und steige durch das Fenster ein"
"Vậy thì tôi sẽ đi vòng quanh và vào qua cửa sổ"
"Das wirst du nicht!" dachte Alice
"Rằng anh sẽ không!" Alice nghĩ
und sie wartete wieder ein wenig
và cô ấy đợi một chút nữa
Bald hörte sie das Kaninchen gerade unter dem Fenster
Ngay sau đó, cô nghe thấy tiếng thỏ ngay dưới cửa sổ
Plötzlich streckte sie ihre Hand aus
Cô ấy đột nhiên dang tay ra
Und sie machte einen Sprung in die Luft
và cô ấy đã giật lấy không trung
Sie bekam nichts in die Finger
Cô ấy không nắm được bất cứ thứ gì
aber sie hörte einen kleinen Schrei und einen Sturz
nhưng cô nghe thấy một tiếng hét nhỏ và một tiếng ngã
und sie hörte ein Krachen von zerbrochenem Glas
và cô nghe thấy tiếng kính vỡ
Vielleicht war das Kaninchen gefallen
Có lẽ con thỏ đã ngã

Vielleicht war er in einem Gewächshaus
Có lẽ anh ấy đang ở trong một ngôi nhà xanh
Dann ertönte eine zornige Stimme; Die Stimme des Kaninchens
Tiếp theo là một giọng nói giận dữ; Giọng nói của con thỏ
"Pat, wo bist du?"
"Pat, anh đang ở đâu?"
Und dann ertönte eine Stimme, die sie noch nie zuvor gehört hatte
Và rồi một giọng nói mà cô chưa bao giờ nghe trước đây vang lên
"Euer Ehren, ich bin hier!"
"Thưa ngài, tôi ở đây!"
"Ich grabe nach Äpfeln"
"Tôi đang đào táo"
»Hier! Komm und hilf mir da raus!"
"Đây! Hãy đến và giúp tôi thoát khỏi điều này!"
»Nun sag mir, Pat, was ist das da im Fenster?«
"Bây giờ hãy nói cho tôi biết, Pat, cái gì trong cửa sổ?"
"Sicher, Euer Ehren, ich werde es Ihnen sagen"
"Chắc chắn rồi, tôi sẽ nói với ngài"
"Das ist ein Arm, der im Fenster steckt!"
"Đó là một cánh tay ở trong cửa sổ!"
"Na ja, da hat ein Arm nichts zu suchen"
"Chà, một cánh tay không có việc gì ở đó"
"Geh und nimm den Arm weg!"
"Đi và lấy cánh tay đi!"
Hierauf trat ein langes Schweigen ein
Có một sự im lặng dài sau đó
und Alice konnte nur ab und zu ein Flüstern hören
và Alice chỉ có thể nghe thấy những lời thì thầm thỉnh thoảng
und endlich streckte sie die Hand wieder aus
và cuối cùng cô lại dang tay ra
Und sie machte einen weiteren Sprung in die Luft
và cô ấy thực hiện một cú giật khác trong không trung
Diesmal gab es zwei kleine Schreie
Lần này có hai tiếng la hét nhỏ

und es gab noch mehr Geräusche von zerbrochenem Glas

và có nhiều âm thanh của kính vỡ hơn

"Ich möchte wohl wissen, was sie nun tun werden!" dachte Alice

"Tôi tự hỏi họ sẽ làm gì tiếp theo!" Alice nghĩ

"Ich wünschte, sie würden mich aus dem Fenster ziehen"

"Tôi ước họ sẽ kéo tôi ra khỏi cửa sổ"

Sie wartete eine Weile

Cô đợi một lúc

aber eine Weile hörte sie nichts mehr

nhưng trong một thời gian cô không nghe thấy gì thêm

Endlich ertönte das Rumpeln kleiner Rädchen

Cuối cùng là một tiếng ầm ầm của những bánh xe nhỏ

Und da ertönten viele Stimmen

và có âm thanh của nhiều giọng nói

Alle Stimmen sprachen miteinander

tất cả các giọng nói đang nói chuyện với nhau

Sie konnte einige der Worte verstehen

Cô có thể hiểu ra một số từ

"Wo ist die andere Leiter?"

"Cái thang kia đâu?"

"Bill hat die andere Leiter"

"Bill có nấc thang khác"

"Bill, komm her!"

"Bill, đến đây!"

"Wird das Dach die Last tragen?"

"Mái nhà có chịu được tải trọng không?"

"Wer will schon den Schornstein hinuntergehen?"

"Ai muốn đi xuống ống khói?"

»Nein, das werde ich nicht! Du machst es!"

"Không, tôi sẽ không! Bạn làm điều đó!"

»Hier, Bill!«

"Đây, Bill!"

"Der Meister sagt, du musst in den Schornstein hinunter!"

"Chủ nhân nói anh phải đi xuống ống khói!"

Alice zog ihren Fuß so weit den Schornstein hinab, wie sie konnte

Alice rút chân xuống ống khói càng xa càng tốt
Und dann wartete sie, was kommen würde
và sau đó cô ấy chờ xem điều gì sẽ xảy ra
Sie hörte ein kleines Tier kratzen und krabbeln
Cô nghe thấy một con vật nhỏ cào và tranh giành
Das Tierchen muss sich im Schornstein befinden
con vật nhỏ phải ở trong ống khói
dann gab sie einen scharfen Tritt
Sau đó, cô ấy đá một cú mạnh
Und sie wartete ab, was als nächstes geschehen würde
và cô ấy chờ xem điều gì sẽ xảy ra tiếp theo
Sie hörte einen allgemeinen Chor von Stimmen
cô nghe thấy một dàn hợp xướng chung của giọng nói
"Da geht Bill!", sagten alle
"Bill đi rồi!" tất cả họ đều nói
Dann hörte sie allein die Stimme des Kaninchens
Rồi cô nghe thấy giọng thỏ một mình
"Du an der Hecke, fang ihn!"
"Anh bên hàng rào, bắt anh ta!"
Es trat wieder ein Augenblick des Schweigens ein
Có một khoảnh khắc im lặng khác
Und dann gab es wieder ein Stimmengewirr
và sau đó có một sự nhầm lẫn khác của giọng nói
"Halt seinen Kopf hoch, Brandy"
"Ngẩng đầu lên, Brandy"
"Pass auf, dass du ihn nicht würgst"
"Hãy cẩn thận để không làm nghẹt thở anh ấy"
"Was ist mit dir passiert?"
"Chuyện gì đã xảy ra với anh?"
Zuletzt kam eine kleine, schwache, quietschende Stimme
Cuối cùng là một giọng nói hơi yếu ớt, rít
"Nun, ich weiß es kaum mehr"
"Chà, tôi hầu như không biết gì nữa"
"Danke euch allen, mir geht es jetzt besser"
"Cảm ơn tất cả các bạn, bây giờ tôi đã tốt hơn"
"Es gibt eine Sache, an die ich mich erinnern kann"
"Có một điều tôi có thể nhớ"

"Irgendetwas kommt auf mich zu wie ein Zug im Tunnel"
"Có thứ gì đó đến với tôi như một chuyến tàu trong đường
hầm"
"Und ich fliege hoch wie eine Rakete!"
"và tôi bay lên như một tên lửa trên trời!"
Es gab ein oder zwei Minuten des Schweigens
Có một hoặc hai phút im lặng
Und dann fingen sie wieder an, sich zu bewegen
và sau đó họ bắt đầu di chuyển một lần nữa
und Alice hörte das Kaninchen wieder sprechen
và Alice nghe thấy con Thỏ nói một lần nữa
"Ein Karren voll reicht für den Anfang"
"Một chiếc xe ngựa sẽ làm được, ngay từ đầu"
"Einen Karren voll wovon?" dachte Alice
"Một cái gì vậy?" Alice nghĩ
Aber sie wurde nicht lange in Atem gehalten
Nhưng cô ấy không bị giữ trong hồi hộp lâu
Ein Regen von kleinen Kieselsteinen drang durch das
Fenster
một cơn mưa đá cuội nhỏ chảy qua cửa sổ
und einige der kleinen Kieselsteine trafen sie im Gesicht
và một số viên sỏi nhỏ đập vào mặt cô ấy
Alice wunderte sich über die kleinen Kieselsteine
Alice ngạc nhiên về những viên sỏi nhỏ
all die kleinen Kieselsteine verwandelten sich in Kuchen
tất cả những viên sỏi nhỏ đang biến thành bánh ngọt
und eine glänzende Idee kam ihr in den Kopf
và một ý tưởng tuyệt vời xuất hiện trong đầu cô
"Einen von diesen Kuchen sollte ich essen"
"Tôi nên ăn một trong những chiếc bánh này"
"Der Kuchen wird sicher etwas an meiner Größe ändern"
"Bánh chắc chắn sẽ tạo ra một số thay đổi về kích thước của
tôi"
Also schluckte sie einen der Kuchen
Vì vậy, cô ấy nuốt một trong những chiếc bánh
und sie freute sich, als sie feststellte, dass sie anfing zu
schrumpfen

và cô ấy rất vui khi thấy rằng cô ấy bắt đầu co lại
Bald war sie klein genug, um durch die Tür zu kommen
chẳng mấy chốc cô ấy đủ nhỏ để bước qua cánh cửa
Sie rannte aus dem Haus
cô ấy chạy ra khỏi nhà
Draußen wartete eine Menge kleiner Tiere und Vögel
một đám đông động vật nhỏ và chim đang đợi bên ngoài
alle kleinen Vögel und Tiere stürzten sich auf Alice
tất cả những con chim nhỏ và động vật lao vào Alice
aber sie rannte davon, so schnell sie konnte
nhưng cô ấy chạy nhanh nhất có thể
und bald fand sie sich sicher in einem dichten Walde
và chẳng mấy chốc cô thấy mình an toàn trong một khu rừng
rậm
Alice irrte im Walde umher
Alice lang thang trong rừng
Und sie dachte bei sich:
và nàng nghĩ thầm:
"Ich weiß, was ich zuerst zu tun habe"
"Tôi biết mình phải làm gì trước"
"erst muss ich wieder auf meine richtige Größe wachsen"
"Đầu tiên tôi phải phát triển đến kích thước phù hợp của mình
một lần nữa"
**"Und dann muss ich den Weg in diesen schönen Garten
finden"**
"và sau đó tôi phải tìm đường vào khu vườn xinh xắn đó"
"Ich glaube, ich sollte irgendetwas essen oder trinken"
"Tôi cho rằng tôi nên ăn hoặc uống điều gì đó hay thứ khác"
"Aber die Frage ist, was soll ich essen oder trinken?"
"Nhưng câu hỏi là tôi nên ăn gì hay uống gì?"
Alice blickte sich um und betrachtete die Blumen
Alice nhìn xung quanh cô ấy vào những bông hoa
Und sie schaute durch die Grashalme hindurch
và nàng nhìn qua những ngọn cỏ
aber sie konnte nichts zu essen und zu trinken sehen
nhưng cô không thể nhìn thấy bất cứ thứ gì để ăn hoặc uống
Nichts sah nach dem Richtigen zum Essen oder Trinken aus

không có gì giống như thứ phù hợp để ăn hoặc uống
In ihrer Nähe wuchs ein großer Pilz
Có một cây nấm lớn mọc gần cô ấy
der Pilz war ungefähr so groß wie Alice
cây nấm có chiều cao tương đương với Alice
Sie streckte sich auf den Zehenspitzen auf
Cô ấy vươn người lên bằng cách nhón chân
Und sie guckte über den Rand des Pilzes
và cô nhìn trộm qua mép nấm
Ihre Augen trafen sofort die Augen einer großen blauen Raupe
Mắt cô ngay lập tức chạm vào mắt của một con sâu bướm lớn màu xanh lam
Die Raupe saß auf der Spitze des Pilzes
con sâu bướm đang ngồi trên ngọn nấm
und die Raupe hatte alle Arme gekreuzt
và con sâu bướm đã khoanh tay
Und er rauchte leise eine lange Wasserpfeife
và anh ta đang lặng lẽ hút một chiếc hookah dài
und er nahm nicht die geringste Notiz von irgendetwas
và anh ta không để ý đến bất cứ điều gì
und er achtete gewiß nicht auf Alice
và anh ấy chắc chắn không chú ý đến Alice

Ratschläge von einer Raupe
Lời khuyên từ một con sâu bướm

Endlich nahm die Raupe die Shisha aus dem Maul
Cuối cùng con sâu bướm đã lấy hookah ra khỏi miệng
und er redete Alice mit einer trägen, schläfrigen Stimme an
và anh nói với Alice bằng một giọng uể oải, buồn ngủ
"Wer bist du?" fragte die Raupe
"Anh là ai?" con sâu bướm nói

Alice antwortete etwas schüchtern: "Ich weiß es kaum, Sir."
Alice trả lời, khá ngượng ngùng, "Tôi hầu như không biết,
thưa ngài"
"Gerade im Moment ist alles ein bisschen..."
"Chỉ vào lúc này, tất cả chỉ là một chút..."
**"Ich weiß, wer ich war, als ich heute Morgen aufgestanden
bin."**
"Tôi biết tôi là ai khi tôi thức dậy sáng nay".
**"aber ich glaube, ich muss mich seitdem mehrmals verändert
haben"**
"nhưng tôi nghĩ tôi phải thay đổi nhiều lần kể từ đó"
"Was meinst du damit?" sagte die Raupe

"Ý anh là gì?" con sâu bướm nói
Streng forderte die Raupe sie auf, sich zu erklären
Nghiêm khắc con sâu bướm yêu cầu cô giải thích bản thân
»Ich kann mich nicht erklären, fürchte ich, Sir«, sagte Alice
"Tôi không thể giải thích bản thân, tôi sợ, thưa ngài," Alice nói
"weil ich nicht ich selbst bin"
"bởi vì tôi không phải là chính mình"
**"Du siehst, es ist sehr verwirrend, so viele verschiedene
Größen an einem Tag zu haben"**
"Bạn thấy đấy, có rất nhiều kích cỡ khác nhau trong một ngày
rất khó hiểu"
Sie raffte sich auf und sagte sehr ernst:
Cô đứng dậy và nói rất nghiêm túc:
"Ich denke, du solltest mir zuerst sagen, wer du bist"
"Tôi nghĩ anh nên nói cho tôi biết anh là ai, trước tiên"
"Warum?" fragte die Raupe
"Tại sao?" con sâu bướm nói
Alice fiel kein guter Grund ein
Alice không thể nghĩ ra bất kỳ lý do chính đáng nào
**und die Raupe schien sich in einem sehr unangenehmen
Gemütszustand zu befinden**
và con sâu bướm dường như đang ở trong một trạng thái tâm
trí rất khó chịu
also wandte sie sich ab
vì vậy cô ấy quay đi
"Komm zurück!" rief ihr die Raupe nach
"Quay lại!" con sâu bướm gọi theo cô
"Ich habe etwas Wichtiges zu sagen!"
"Tôi có một điều quan trọng muốn nói!"
Alice drehte sich um und kam wieder zurück
Alice quay lại và quay lại
"Behalte die Fassung!" sagte die Raupe
"Giữ bình tĩnh," con sâu bướm nói
»Ist das alles?« fragte Alice
"Chỉ vậy thôi?" Alice nói
und sie schluckte ihren Zorn hinunter, so gut sie konnte
và cô ấy nuốt cơn giận của mình hết sức có thể

"Nein!" sagte die Raupe
"Không," con sâu bướm nói
Die Raupe breitete ihre Arme aus
con sâu bướm dang rộng cánh tay của nó
Und er nahm die Shisha wieder aus dem Mund
và anh ta lại lấy hookah ra khỏi miệng mình
Und er sagte: "Du glaubst also, du bist verändert, oder?"
và anh ấy nói, "Vậy anh nghĩ rằng anh đã thay đổi, phải
không?"
»Ich fürchte, ich bin verändert, Sir,« sagte Alice
"Tôi sợ, tôi đã thay đổi, thưa ngài," Alice nói
**"Ich kann mich nicht mehr so an Dinge erinnern, wie ich sie
früher in Erinnerung hatte"**
"Tôi không thể nhớ mọi thứ như tôi đã từng nhớ chúng"
"Und ich bleibe nicht länger als zehn Minuten gleich groß!"
"Và tôi không giữ nguyên kích thước quá mười phút!"
"Wie groß willst du sein?" fragte die Raupe
"Anh muốn có kích thước bao nhiêu?" con sâu bướm hỏi
**»Oh, es ist mir nicht besonders wichtig, wie groß ich bin«,
erwiderte Alice hastig**
"Ồ, tôi không đặc biệt bận tâm đến kích thước của mình,"
Alice vội vàng trả lời
**"Ich mag es einfach nicht, so oft die Größe zu wechseln,
weißt du"**
"Tôi chỉ không thích thay đổi kích thước thường xuyên, bạn
biết đấy"
"Ich würde gerne etwas größer sein, Sir"
"Tôi muốn lớn hơn một chút, thưa ngài"
»wenn es dir nichts ausmacht,« fügte Alice hinzu
"Nếu anh không phiền," Alice nói thêm
"Zehn Zentimeter sind so eine erbärmliche Größe"
"Mười cm là một chiều cao khốn khổ"
**"Das ist wirklich eine sehr gute Höhe!" sagte die Raupe
ärgerlich**
"Đó thực sự là một chiều cao rất tốt!" con sâu bướm tức giận
nói
und er richtete sich auf, während er sprach

và ông đứng thẳng khi nói
Er war genau zehn Zentimeter groß
anh ta cao chính xác mười cm
**In ein oder zwei Minuten war die Raupe vom Pilz
heruntergekommen**
Trong một hoặc hai phút, con sâu bướm đã thoát khỏi nấm
und er kroch ins Gras
và anh ta bò đi vào bãi cỏ
Als er sich entfernte, machte er einige kleine Bemerkungen
Khi anh ấy đi xa, anh ấy đã đưa ra một số nhận xét nhỏ
"Eine Seite lässt dich größer werden"
"Một bên sẽ làm cho bạn cao hơn"
"Und die andere Seite wird dich kleiner werden lassen"
"Và phía bên kia sẽ làm cho bạn trở nên thấp hơn"
"Eine Seite wovon?" dachte Alice bei sich
"Một mặt của cái gì?" Alice nghĩ với chính mình
"Die andere Seite von was?"
"Mặt khác của cái gì?"
"Die Seite des Pilzes!" sagte die Raupe
"Bên cạnh nấm," con sâu bướm nói
Es war, als hätte sie ihre Frage laut gestellt
Như thế cô đã hỏi lớn câu hỏi của mình
und im nächsten Augenblick war er außer Sichtweite
và trong một khoảnh khắc khác, anh ta đã khuất tầm nhìn
Alice blieb stehen und betrachtete den Pilz nachdenklich
Alice vẫn trầm ngâm nhìn cây nấm
**Sie versuchte herauszufinden, welche die beiden Seiten des
Pilzes waren**
Cô đang cố gắng tìm ra hai mặt của nấm
Endlich streckte sie ihre Arme um den Pilz
Cuối cùng cô duỗi tay quanh cây nấm
und sie brach ein Stück der Ränder ab
và cô ấy đã bẻ gãy một chút các cạnh
»Und nun, welche Seite ist welche?« fragte sie sich
"Và bây giờ, bên nào là bên nào?" cô tự nhủ
**und sie knabberte ein wenig von dem Stück der rechten
Hand**

và cô ấy gặm một chút bên tay phải

Im nächsten Augenblick spürte sie einen heftigen Schlag unter ihrem Kinn

Khoảnh khắc tiếp theo, cô cảm thấy một cú đánh dữ dội dưới cằm

Ihr Kinn hatte ihren Fuß getroffen!

cằm cô ấy đã đập vào chân cô ấy!

Sie war sehr erschrocken über diese sehr plötzliche Veränderung

Cô rất sợ hãi trước sự thay đổi rất đột ngột này

Sie schrumpfte sehr schnell

cô ấy co lại rất nhanh

Also aß sie schnell etwas von dem anderen Stück Pilz

Vì vậy, cô ấy nhanh chóng ăn một ít nấm khác

Ihr Kinn war sehr eng gegen ihren Fuß gepresst

Cằm của cô ấy được ép rất chặt vào chân cô ấy

Es war kaum Platz, um den Mund aufzumachen

hầu như không có chỗ để mở miệng

aber schließlich gelang es ihr, den Mund aufzumachen

nhưng cuối cùng cô ấy đã cố gắng mở miệng

und sie schluckte einen Bissen von dem linken Stück

và cô nuốt một miếng bên trái

»mein Kopf ist endlich frei!« sagte Alice

"Cuối cùng đầu tôi cũng được giải thoát!" Alice nói

Sie blickte an sich herunter

cô ấy nhìn xuống chính mình

aber alles, was sie sehen konnte, war ein ungeheurer Hals

nhưng tất cả những gì cô có thể nhìn thấy là một cái cổ dài khổng lồ

Ihr Hals schien sich wie ein Stiel zu erheben

cổ cô ấy dường như nhô lên như một cuống

Und sie blickte auf ein Meer von grünen Blättern hinab

và cô nhìn xuống một biển lá xanh

"Wo sind meine Schultern geblieben?"

"Vai tôi đã đi đâu?"

»Und ach, meine armen Hände, wie kommt es, daß ich euch nicht sehen kann?«

"Và ôi, đôi tay tội nghiệp của tôi, làm sao tôi không thể nhìn
thấy anh?"
Aber ihr Hals hatte einen Vorteil
nhưng cổ của cô ấy có một lợi ích
Sie konnte ihren Kopf in jede Richtung bewegen
cô ấy có thể di chuyển đầu theo bất kỳ hướng nào
Tatsächlich war sie wie eine Schlange
Trên thực tế, cô ấy giống như một con rắn
Sie senkte anmutig ihren Kopf im Zickzack
Cô duyên dáng ngoằn ngoèo đầu xuống
Und sie bewegte ihren Kopf durch die Bäume
và cô ấy di chuyển đầu qua những tán cây
Aber dann hörte sie ein scharfes Zischen
nhưng sau đó cô nghe thấy một tiếng rít sắc bén
Und sie zog schnell den Kopf zurück
và cô ấy nhanh chóng rút đầu ra sau
Eine große Taube war ihr ins Gesicht geflogen
Một con chim bồ câu lớn đã bay vào mặt cô
und die Taube fuhr mit den Flügeln heftig zusammen
và con chim bồ câu hung dữ với đôi cánh của nó

»Schlange!« rief die Taube

"Con rắn!" chim bồ câu kêu lên

"Ich bin keine Schlange!" sagte Alice entrüstet

"Tôi không phải là một con rắn!" Alice phẫn nộ nói

"Laß mich in Ruhe!"

"Để tôi yên!"

"Ich habe die Wurzeln von Bäumen ausprobiert"

"Tôi đã thử rễ cây"

"Und ich habe es mit Hecken versucht", fuhr die Taube fort

"và tôi đã thử hàng rào," con chim bồ câu tiếp tục

»Aber diese Schlangen! Man kann es ihnen nicht recht machen!"

"Nhưng những con rắn đó! Không có gì làm hài lòng họ!"

Alice war immer verwirrter

Alice càng ngày càng bối rối

"Als ob es nicht schon Mühe genug wäre, die Eier auszubrüten!" sagte die Taube

"Như thế không đủ rắc rối khi ấp trứng," con chim bồ câu nói

"Tag und Nacht muss ich mich auch vor Schlangen in Acht nehmen!"

"Cả ngày lẫn đêm tôi cũng phải đề phòng rắn!"

"Ich hatte gerade den höchsten Baum im Wald gefunden"

"Tôi vừa tìm thấy cái cây cao nhất trong rừng"

"Wäre ich hier sicher frei von Schlangen?"

"Chắc chắn tôi sẽ không bị rắn ở đây?"

"Und heraus kommt eine Schlange vom Himmel!"

"Và một con rắn từ trên trời đi ra!"

"Aber ich bin keine Schlange, sage ich dir!" sagte Alice

"Nhưng tôi không phải là một con rắn, tôi nói với bạn!" Alice nói

"Ich bin ein... Ich bin ein... Ich bin ein kleines Mädchen«, fügte sie etwas zweifelnd hinzu

"Tôi là... Tôi là... Tôi là một cô bé," cô nói thêm một cách khá nghi ngờ

Schließlich hatte sie viele Veränderungen durchgemacht

Rốt cuộc, cô ấy đã trải qua rất nhiều thay đổi

"Du suchst Eier!" sagte die Taube

"Anh đang tìm trứng," con chim bồ câu nói
"Das weiß ich mit Sicherheit"
"Tôi biết điều đó là một sự thật"
**"Und was macht es aus, ob du ein kleines Mädchen oder
eine Schlange bist?"**
"Và có vấn đề gì nếu bạn là một cô bé hay một con rắn?"
»Es liegt mir sehr viel daran,« sagte Alice hastig
"Điều đó rất quan trọng đối với tôi," Alice vội vàng nói
**"Aber ich bin nicht auf der Suche nach Eiern, wie es der
Zufall will"**
"Nhưng tôi không tìm kiếm trứng, như nó xảy ra"
"Und ich würde deine Eier sowieso nicht wollen"
"và dù sao thì tôi cũng không muốn trứng của bạn"
"Ich mag meine Eier nicht roh"
"Tôi không thích trứng sống của mình"
»Nun, dann fort!« sagte die Taube in mürrischem Tone
"Vậy thì đi đi!" con chim bồ câu nói với giọng hờn dỗi
und die Taube ließ sich wieder in ihrem Nest nieder
và con chim bồ câu lại lắng xuống tổ của nó
Alice kauerte sich zwischen die Bäume, so gut sie konnte
Alice cúi xuống giữa những tán cây tốt nhất có thể
Ihr Hals verfing sich immer wieder zwischen den Ästen
cổ cô ấy liên tục vướng vào cành cây
**Hin und wieder musste sie anhalten und ihren Hals
aufdrehen**
Thỉnh thoảng cô phải dừng lại và tháo cổ
Nach einer Weile erinnerte sie sich an den Pilz
Sau một lúc, cô nhớ ra cây nấm
Sie hielt die Pilzstücke noch immer in ihren Händen
Cô vẫn cầm những mảnh nấm trên tay
Und sie machte sich sehr vorsichtig an die Arbeit
và cô bắt đầu làm việc rất cẩn thận
Zuerst knabberte sie an einem Stück
Đầu tiên cô gặm nhấm một mảnh
Und dann knabberte sie an dem anderen Stück
và sau đó cô gặm nhấm mảnh kia
Manchmal wurde sie größer

đôi khi cô ấy cao hơn
und manchmal wurde sie kleiner
và đôi khi cô ấy trở nên thấp hơn
Aber schließlich erreichte sie ihre übliche Größe
nhưng cuối cùng cô ấy đã đạt được chiều cao bình thường của mình
Sie war schon seit einiger Zeit nicht mehr so groß wie sie selbst
cô ấy đã không có chiều cao của chính mình trong một thời gian
So fühlte sich alles eine Zeit lang seltsam an
Vì vậy, mọi thứ cảm thấy kỳ lạ trong một thời gian
"Das nächste, was zu tun ist, ist, in diesen schönen Garten zu gehen"
"Điều tiếp theo cần làm là vào khu vườn xinh đẹp đó"
»wie soll man das machen?«
"Làm thế nào để làm điều đó, tôi tự hỏi?"
Während sie dies sagte, stieß sie auf einen offenen Platz
Khi cô ấy nói điều này, cô ấy bắt gặp một nơi trống
Da war ein kleines Haus, etwas höher als einen Meter
có một ngôi nhà nhỏ, cao hơn một mét một chút
"Ich frage mich, wer in diesem kleinen Haus wohnt"
"Tôi tự hỏi ai sống trong ngôi nhà nhỏ này"
"So groß wie ich bin, kann ich sicher nicht reingehen"
"Tôi chắc chắn không thể đi vào lớn như tôi"
"Ich würde sie fürchterlich erschrecken!"
"Tôi sẽ làm họ sợ hãi khủng khiếp!"
Also knabberte sie wieder an dem kleinen Pilz
vì vậy cô lại gặm nhấm cây nấm nhỏ
Und bald brachte sie sich dreißig Zentimeter tief
và chẳng mấy chốc cô ấy hạ mình xuống ba mươi cm

Ein Schwein und etwas Pfeffer
Một con lợn và một ít hạt tiêu

Ein oder zwei Minuten lang stand sie da und betrachtete das Haus
Trong một hoặc hai phút, cô đứng nhìn ngôi nhà
Plötzlich kam ein Lakai aus dem Walde gerannt
Đột nhiên một người hầu chạy ra khỏi rừng
Er trug eine spezielle Livree-Uniform
anh ấy mặc một bộ đồng phục màu sơn đặc biệt
Seinem Gesicht nach zu urteilen, hätte sie ihn einen Fisch genannt
Đánh giá chỉ bằng khuôn mặt của anh, cô sẽ gọi anh là cá
und er klopfte laut mit den Fingerknöcheln an die Tür
và anh ta gõ lớn vào cửa bằng các đốt ngón tay của mình
Die Tür wurde von einem anderen Lakaien geöffnet
Cánh cửa được mở bởi một người hầu khác
Auch dieser Lakai trug eine besondere Livree
Người hầu này cũng mặc một màu sơn đặc biệt
Dieser Lakai hatte ein rundes Gesicht und große Augen wie ein Frosch
Người hầu này có khuôn mặt tròn và đôi mắt to như ếch

Der Lakai, der wie ein Fisch aussah, leitete die Zeremonie ein

Người hầu trông giống như một con cá khởi xướng buổi lễ

Er zog etwas unter seinem Arm hervor

anh ta rút ra thứ gì đó từ dưới cánh tay của mình

Und er zog unter seinem Arm einen Umschlag hervor

và anh ta rút ra từ dưới cánh tay mình một phong bì

und diesen Umschlag übergab er dem andern Lakaien

và phong bì này anh ta đưa cho người hầu kia

In zeremoniellem Tone teilte er ihm die Befehle mit

bằng một giọng nghi lễ, anh ta nói với anh ta những mệnh lệnh

"Diese Botschaft ist für die Herzogin"

"Thông điệp này dành cho Nữ công tước"

"Eine Einladung der Königin zum Krocketspielen"

"Lời mời từ nữ hoàng chơi croquet"

Der Lakai, der wie ein Frosch aussah, wiederholte den Befehl

Người hầu trông giống như một con ếch lặp lại mệnh lệnh

"Von der Königin"

"Từ Nữ hoàng"

"Eine Einladung"

"Lời mời"

"für die Herzogin"

"cho Nữ công tước"

"Krocket spielen"

"Chơi croquet"

Dann verbeugten sie sich beide tief

Sau đó, cả hai đều cúi đầu thấp

und die Locken in ihren Perücken verwickelten sich ineinander

và những lọn tóc giả của họ vướng vào nhau

Bald war der Lakai, der wie ein Fisch aussah, verschwunden

Chẳng mấy chốc, người hầu trông giống như một con cá đã biến mất

Aber der Lakai, der wie ein Frosch aussah, war immer noch

da

Nhưng người hầu trông giống như một con ếch vẫn còn đó

Er saß auf dem Boden in der Nähe der Tür

anh ấy đang ngồi trên mặt đất gần cửa

Er starrte dumm in den Himmel

anh ta đang nhìn chằm chằm lên bầu trời một cách ngu ngốc

Alice ging schüchtern zur Tür und klopfte

Alice rụt rè đi đến cửa và gõ cửa

»Es hat keinen Zweck, anzuklopfen,« sagte der Lakai

"Không có ích gì khi gõ cửa," người hầu nói

"Und das aus zwei Gründen"

"Và đó là vì hai lý do"

"Erstens, weil ich auf der gleichen Seite der Tür stehe wie du"

"Đầu tiên, bởi vì tôi ở cùng phía cánh cửa với anh"

"Zweitens, weil sie drinnen so viel Lärm machen"

"Thứ hai, bởi vì họ đang tạo ra quá nhiều tiếng ồn bên trong"

"Niemand könnte dich hören"

"Không ai có thể nghe thấy bạn"

Und es war gewiß ein höchst merkwürdiger Lärm im Innern

Và chắc chắn có một tiếng ồn phi thường nhất đang diễn ra bên trong

ein ständiges Heulen und Niesen

một tiếng hú và hắt hơi liên tục

und ab und zu ein Geräusch von großem Krachen

và thỉnh thoảng lại có âm thanh va chạm lớn

als ob eine Schüssel oder ein Wasserkocher in Stücke zerbrochen wäre

như thể một chiếc đĩa hoặc ấm đun nước đã bị vỡ thành từng mảnh

"Wie soll ich da reinkommen?" fragte Alice

"Làm thế nào tôi có thể vào được?" Alice hỏi

»Wollen Sie überhaupt hineinkommen?« fragte der Lakai

"Anh có nên vào không?" người hầu nói

"Das ist die erste Frage, weißt du"

"Đó là câu hỏi đầu tiên, bạn biết đấy"

Alice öffnete die Tür und trat ein

Alice mở cửa và đi vào
Die Tür führte direkt in eine große Küche
Cánh cửa dẫn thẳng vào một căn bếp lớn
Die Küche war von einem Ende bis zum anderen voller Rauch
nhà bếp đầy khói từ đầu này sang đầu kia
in der Mitte der Küche saß die Herzogin
ở giữa nhà bếp là Nữ công tước
Sie saß auf einem dreibeinigen Hocker
cô ấy đang ngồi trên một chiếc ghế ba chân
und sie stillte ein Baby
và cô ấy đang cho con bú
Die Köchin beugte sich über das Feuer
người đầu bếp đang nghiêng người trên đống lửa
Er rührte einen großen Kessel
anh ta đang khuấy một cái vạc lớn
und der Kessel schien mit Suppe gefüllt zu sein
và cái vạc dường như đầy súp
"Da ist sicher zu viel Pfeffer drin!" sagte Alice zu sich selbst
"Chắc chắn có quá nhiều hạt tiêu trong món súp đó!" Alice tự nhủ
Sie sagte es, so gut sie konnte, ohne zu niesen
cô ấy nói điều đó tốt nhất có thể mà không hắt hơi
Sogar die Herzogin nieste gelegentlich
Ngay cả Nữ công tước thỉnh thoảng cũng hắt hơi
Aber die Handlungen des Babys waren am bemerkenswertesten
Nhưng hành động của em bé là đáng chú ý nhất
Das Baby nieste und heulte abwechselnd
em bé hắt hơi và hú luân phiên
Es gab keinen Augenblick Pause zwischen Heulen und Niesen
không có một giây phút nào giữa tiếng hú và hắt hơi
Es gab zwei Kreaturen in der Küche, die nicht niesten
Có hai sinh vật trong bếp không hắt hơi
Die Köchin war zu beschäftigt, um zu niesen
đầu bếp quá bận rộn để hắt hơi

Und die große Katze schien sich nicht an dem Pfeffer zu stören

và con mèo lớn dường như không bận tâm đến hạt tiêu

Stattdessen grinste die große Katze von einem Ohr zum anderen

Thay vào đó, con mèo lớn đang cười toe toét

»Bitte, würdest du es mir sagen,« sagte Alice ein wenig schüchtern

"Làm ơn anh có thể nói cho tôi biết," Alice nói, hơi rụt rè

"Warum grinst deine Katze so?"

"Tại sao con mèo của bạn lại cười toe toét như vậy?"

»Es ist eine Cheshire-Katze,« sagte die Herzogin

"Đó là một con mèo Cheshire," Nữ công tước nói

"Und deshalb grinst er von Ohr zu Ohr"

"Và đó là lý do tại sao anh ấy cười toe toét"

"Ich wusste nicht, dass eine Cheshire-Katze immer grinst"

"Tôi không biết rằng một con mèo Cheshire luôn cười toe toét"

"Eigentlich wusste ich nicht, dass Katzen grinsen können", sagte Alice

"Trên thực tế, tôi không biết rằng mèo có thể cười," Alice nói

»Es gibt vieles, was Sie nicht wissen,« sagte die Herzogin

"Có nhiều điều bạn không biết," Nữ công tước nói

"Es gibt vieles, was man nicht weiß, und das ist eine Tatsache"

"Có nhiều điều bạn không biết và đó là một sự thật"

In diesem Augenblick nahm die Köchin den Kessel mit der Suppe vom Feuer

Ngay sau đó, người đầu bếp lấy nồi súp ra khỏi lửa

Und sogleich fing sie an, alles in ihre Reichweite zu werfen

và ngay lập tức cô bắt đầu ném mọi thứ trong tầm tay của mình

sie warf alles, was sie konnte, auf die Herzogin und das Baby

cô ném mọi thứ có thể vào Nữ công tước và đứa bé

Zuerst warf sie die Feuereisen

Đầu tiên cô ném bàn ủi lửa

Dann warf sie eine Handvoll Töpfe

Sau đó, cô ấy ném một nắm chảo
und schließlich warf sie die Teller und Schüsseln
và cuối cùng cô ném đĩa và bát đĩa
Die Herzogin nahm keine Notiz von ihr
Nữ công tước không để ý đến cô ấy
**Selbst als sie von einem Teller getroffen wurde, machte sie
sich keine Sorgen**
Ngay cả khi cô ấy bị đĩa, cô ấy cũng không lo lắng
Das Baby heulte schon so viel
đứa bé đã hú rất nhiều
**Es war also unmöglich zu sagen, ob die Schläge das Baby
verletzt haben oder nicht**
Vì vậy, không thể nói liệu những cú đánh có làm tổn thương
em bé hay không
"Oh, gib bitte acht, was du tust!" rief Alice
"Ồ, xin hãy để ý những gì anh đang làm!" Alice kêu lên
und sie sprang in Todesangst des Entsetzens auf und ab
và cô ấy nhảy lên nhảy xuống trong một nỗi kinh hoàng
die Herzogin bot Alice das Baby an
Nữ công tước đã đề nghị Alice đứa bé
**»Hier! Du kannst das Kind ein wenig stillen, wenn du
willst!«**
"Đây! Cô có thể cho bé bú một chút, nếu cô thích!"
Und sie schleuderte das Kind nach ihr, während sie sprach
và cô ấy ném đứa bé vào cô ấy khi cô ấy nói
**"Ich muss gehen und mich darauf vorbereiten, mit der
Königin Krocket zu spielen"**
"Tôi phải đi và sẵn sàng chơi croquet với nữ hoàng"
und sie eilte aus dem Zimmer
và cô vội vã ra khỏi phòng
Alice fing das Baby mit einiger Mühe auf
Alice bắt được đứa bé với một số khó khăn
weil es ein sehr seltsam geformtes kleines Wesen war
bởi vì nó là một sinh vật nhỏ bé có hình dạng rất kỳ lạ
**Und das Kind streckte seine Arme und Beine nach allen
Richtungen aus**
và đứa bé giơ tay và chân ra mọi hướng

"Das Kind nehme ich lieber mit!" dachte Alice

"Tốt hơn là tôi nên mang đứa trẻ này đi cùng," Alice nghĩ

"Sie werden dieses Baby sicher in ein oder zwei Tagen töten"

"Họ chắc chắn sẽ giết đứa bé này trong một hoặc hai ngày"

"Wäre es nicht Mord, dieses Baby zurückzulassen?"

"Không phải là giết người nếu bỏ lại đứa bé này sao?"

Sie sprach die letzten Worte laut aus

Cô ấy nói to những lời cuối cùng

Und das kleine Ding grunzte als Antwort

và thứ nhỏ bé càu nhàu đáp lại

"Du verwandelst dich am besten nicht in ein Schwein, meine Liebe!" sagte Alice

"Tốt nhất là anh không nên biến thành một con lợn, em yêu," Alice nói

"sonst habe ich nichts mehr mit dir zu tun"

"Nếu không tôi sẽ không liên quan gì đến anh nữa"

Alice fing eben an, bei sich selbst zu denken:

Alice chỉ mới bắt đầu suy nghĩ:

»Nun, was soll ich mit diesem Geschöpf anfangen, wenn ich es nach Hause bringe?«

"Bây giờ, tôi phải làm gì với sinh vật này, khi tôi đưa nó về nhà?"

Aber dann grunzte das kleine Geschöpf ein wenig heftig

nhưng sau đó sinh vật nhỏ bé càu nhàu một chút dữ dội

und Alice sah ihm erschrocken ins Gesicht

và Alice nhìn xuống mặt nó với vẻ hoảng hốt

Diesmal konnte es keinen Irrtum geben

Lần này không thể có sai lầm về nó

Es war nicht mehr und nicht weniger als ein Schwein

nó không nhiều hơn cũng không kém một con lợn

Da setzte sie das kleine Geschöpf ab

vì vậy cô đặt sinh vật nhỏ bé xuống

und das kleine Geschöpf trabte leise in den Wald hinein

và sinh vật nhỏ lặng lẽ chạy vào rừng

Alice war ziemlich erleichtert, als sie die Kreatur verschwinden sah

Alice cảm thấy khá nhẹ nhõm khi thấy sinh vật này ra đi
Alice erschrak ein wenig, als sie die Cheshire-Katze sah
Alice hơi giật mình khi nhìn thấy con mèo Cheshire
Er saß auf einem Ast eines Baumes, ein paar Meter entfernt
nó đang ngồi trên một cành cây cách đó vài mét
Die Katze grinste nur, als sie sie sah
Con mèo chỉ cười toe toét khi nhìn thấy cô
»Cheshire-Katze,« begann Alice etwas schüchtern
"Con mèo Cheshire," Alice bắt đầu, khá rụt rè
»Würden Sie mir bitte sagen, welchen Weg ich von hier aus einschlagen soll?«
"Anh có thể cho tôi biết tôi nên đi theo hướng nào từ đây không?"
"In diese Richtung", sagte die Katze
"Theo hướng đó," con mèo nói
Und er fuchtelte mit der rechten Pfote herum
và nó vẫy bàn chân phải xung quanh
"In dieser Richtung lebt ein Hutmacher"
"Ở hướng đó sống một người thợ mũ"
Und dann winkte die Katze mit der anderen Pfote
và sau đó con mèo vẫy bàn chân kia của nó
"Und in dieser Richtung wohnt ein Märzhase"
"Và theo hướng đó sống một con thỏ hành quân"
»Besuchen Sie, wen Sie wollen; Sie sind beide verrückt"
"Ghé thăm một trong hai bạn thích; cả hai đều điên rồi"
»Aber ich will nicht unter Verrückte gehen«, bemerkte Alice
"Nhưng tôi không muốn đi giữa những người điên," Alice nhận xét
"Ach, dafür kannst du nicht helfen!" sagte die Katze
"Ồ, anh không thể không làm điều đó," Con Mèo nói
"Wir sind alle verrückt hier"
"Tất cả chúng ta đều điên ở đây"
"Spielst du heute Krocket mit der Queen?"
"Hôm nay bạn đang chơi croquet với nữ hoàng à?"
"Das würde ich sehr gerne!" sagte Alice
"Tôi rất muốn làm vậy," Alice nói
"aber ich bin noch nicht eingeladen worden"

"nhưng tôi vẫn chưa được mời"
"Du wirst mich dort sehen!" sagte die Katze
"Anh sẽ thấy tôi ở đó," Con Mèo nói
Und von einem Augenblick auf den anderen verschwand die Katze
và từ khoảnh khắc này sang khoảnh khắc khác, con mèo biến mất
bald kam Alice in Sichtweite des Hauses des Märzhasen
chẳng mấy chốc, Alice đã nhìn thấy ngôi nhà của thỏ hành quân
Das war ein sehr großes Haus
Đây là một ngôi nhà rất lớn
Alice wollte also nicht in die Nähe des Hauses gehen
vì vậy Alice không muốn đến gần nhà
Zuerst musste sie noch etwas von dem linken Stück Pilz knabbern
Đầu tiên cô phải gặm thêm một ít nấm bên trái

Eine verrückte Teeparty
Một bữa tiệc trà điên cuồng
Vor dem Haus stand ein Baum
Trước nhà có một cái cây
Und unter dem Baum stand ein Tisch
và dưới gốc cây có một cái bàn
und der Tisch war mit allerlei Besteck gedeckt
và bàn được đặt với đủ loại dao kéo
Der Märzhase und der Hutmacher saßen bei Tisch
Thỏ March và người thợ làm mũ đang ngồi tại bàn
und zusammen tranken sie Tee
và họ đang cùng nhau uống trà
Ein Siebenschläfer saß zwischen ihnen
Một con chuột ngủ đang ngồi giữa họ
und der Siebenschläfer schlief fest
và con chuột ngủ say
Der Tisch war von außergewöhnlicher Größe
Chiếc bàn có kích thước phi thường
Aber der größte Teil des Tisches war unbesetzt
nhưng hầu hết bàn đều không có người ở
Sie saßen dicht gedrängt an einer Ecke des Tisches
Họ ngồi chen chúc với nhau ở một góc bàn
und doch entschuldigten sie sich, als sie Alice sahen
nhưng họ đã bào chữa khi nhìn thấy Alice
»Kein Platz! Kein Platz!« schrien sie
"Không có phòng! Không có phòng!" họ kêu lên
»Es ist viel Platz!« sagte Alice entrüstet
"Có rất nhiều chỗ!" Alice phẫn nộ nói
An einem Ende des Tisches stand ein großer Sessel
Ở một đầu bàn có một chiếc ghế bành lớn
und Alice setzte sich in den Sessel
và Alice ngồi trên ghế bành
Der Hutmacher riss die Augen weit auf
người thợ làm mũ mở mắt rất to
Er konnte nicht glauben, was er da sah
anh không thể tin được những gì mình đang nhìn thấy
aber sein Geist war neugierig auf andere Dinge

nhưng tâm trí anh tò mò về những thứ khác
»Warum ist ein Rabe wie ein Schreibtisch?«
"Tại sao một con quạ lại giống như một chiếc bàn viết?"
Alice war offen für die Herausforderung
Alice cởi mở với thử thách
"Ich bin froh, dass sie angefangen haben, Rätsel zu stellen"
"Tôi rất vui vì họ đã bắt đầu hỏi những câu đố"
»Ich glaube, das kann ich erraten«, fügte sie laut hinzu
"Tôi tin rằng tôi có thể đoán được điều đó," cô nói thêm
Der Märzhase wurde neugierig auf Alice
Thỏ hành bắt đầu tò mò về Alice
"Glaubst du wirklich, dass du die Antwort finden kannst?"
"Bạn có thực sự nghĩ rằng bạn có thể tìm ra câu trả lời không?"
»Ich glaube, ich kann die Antwort finden,« sagte Alice
"Tôi nghĩ tôi thực sự có thể tìm thấy câu trả lời," Alice nói
»Dann sollst du sagen, was du meinst,« fuhr der Märzhase fort
"Vậy thì anh nên nói những gì anh muốn nói," con thỏ hành quân tiếp tục
»Ich sage, was ich meine,« erwiderte Alice hastig
"Tôi nói những gì tôi muốn nói," Alice vội vàng trả lời
"Zumindest meine ich ernst, was ich sage"
"ít nhất tôi muốn nói những gì tôi nói"
"Das ist dasselbe, weißt du"
"Đó là điều tương tự, bạn biết đấy"
Auch der Siebenschläfer trug zu dem Gespräch bei
Chuột ngủ cũng đóng góp vào cuộc trò chuyện
Aber der Siebenschläfer schien im Schlaf zu sprechen
nhưng con chuột ngủ dường như đang nói chuyện trong giấc ngủ của nó
"Ich atme, wenn ich schlafe"
"Tôi thở khi ngủ"
"Ich schlafe, wenn ich atme!"
"Tôi ngủ khi tôi thở!"
"Man könnte genauso gut sagen, dass sie auch gleich sind"
"Bạn cũng có thể nói rằng họ cũng giống nhau"
"So ist es auch bei dir!" sagte der Hutmacher

"Nó cũng giống như vậy với anh," người thợ mũ nói
und er goß ein wenig Tee über die Nase des Siebenschläfers
và anh ta rót một ít trà lên mũi của con chuột ngủ
Das Murmelthier schüttelte ungeduldig den Kopf
Con chuột ngủ lắc đầu sốt ruột
Und wieder sprach das Murmelmaus, ohne die Augen zu öffnen
và một lần nữa con chuột ngủ nói, không mở mắt
"Natürlich, natürlich ist es dasselbe"
"Tất nhiên, tất nhiên là như vậy"
"Das wollte ich ja auch sagen"
"Đó chỉ là những gì tôi sẽ tự nói"

Der Hutmacher wandte sich an Alice und stellte eine weitere Frage
Người thợ làm mũ quay sang Alice và hỏi một câu khác
"Hast du das Rätsel schon erraten?"
"Cô đã đoán được câu đố chưa?"
"Nein, ich gebe auf", gab Alice zu
"Không, tôi bỏ cuộc," Alice thừa nhận
"Was ist die Antwort?", wollte sie wissen
"Câu trả lời là gì?" cô muốn biết
»Ich habe nicht die geringste Ahnung,« sagte der Hutmacher
"Tôi không có chút ý tưởng nào," người thợ mũ nói

"Ich weiß es auch nicht!" sagte der Märzhase

"Tôi cũng không biết," con thỏ hành quân nói

Alice stieß einen müden Seufzer aus

Alice thở dài mệt mỏi

"Es gibt eine bessere Nutzung der Zeit als Rätsel ohne Antworten"

"Có cách sử dụng thời gian tốt hơn là câu đố không có câu trả lời"

»Trinken Sie noch etwas Tee,« sagte der Märzhase sehr ernst zu Alice

"Uống thêm một ít trà," con thỏ hành quân nói với Alice, rất nghiêm túc

Alice war ziemlich beleidigt über das Angebot

Alice khá khó chịu trước lời đề nghị

»Ich habe noch keinen Tee getrunken,« erwiderte Alice

"Tôi chưa uống trà," Alice trả lời

"Deshalb kann ich keinen Tee mehr trinken"

"vì vậy tôi không thể uống trà nữa"

»Du meinst, weniger Tee kannst du nicht haben«, sagte der Hutmacher

"Ý anh là anh không thể uống ít trà," người thợ mũ nói

"Es ist sehr einfach, mehr als nichts zu nehmen"

"Rất dễ dàng để lấy nhiều hơn là không có gì"

Bei diesen Worten erhob sich Alice und ging fort

Nghe vậy, Alice đứng dậy và bỏ đi

Der Siebenschläfer schlief augenblicklich ein

Con chuột ngủ ngay lập tức

und keiner der andern nahm die geringste Notiz davon, daß sie ging

và không ai trong số những người khác để ý đến việc cô ấy đi

obwohl sie ein- oder zweimal zurückblickte

mặc dù cô ấy nhìn lại một hoặc hai lần

Sie versuchten, den Siebenschläfer in die Teekanne zu stecken

Họ đang cố gắng đưa con chuột vào ấm trà

"Jedenfalls werde ich nie wieder dorthin gehen!" sagte Alice

"Dù sao đi nữa, tôi sẽ không bao giờ đến đó nữa!" Alice nói

Und sie ging ihren Weg durch den Wald
và cô ấy đi qua khu rừng
"Das war die dümmste Teeparty, auf der ich je war"
"Đó là bữa tiệc trà ngu ngốc nhất mà tôi từng đến"
Gerade als sie das sagte, bemerkte sie etwas
Ngay khi cô ấy nói điều này, cô ấy nhận thấy một điều gì đó
Einer der Bäume hatte eine Tür, die direkt hineinführte
Một trong những cái cây có một cánh cửa dẫn thẳng vào đó
»Das ist sehr interessant!« dachte sie
"Điều đó rất thú vị!" cô nghĩ
"Ich denke, ich kann genauso gut durch die Tür gehen"
"Tôi nghĩ tôi cũng có thể đi qua cửa"
Und durch die Tür ging sie
Và qua cánh cửa, cô ấy đi
Wieder befand sie sich in der langen Halle
Một lần nữa cô thấy mình ở trong hành lang dài
Wieder stand sie dicht an dem kleinen Glastisch
Một lần nữa cô lại gần chiếc bàn kính nhỏ
Sie nahm den kleinen goldenen Schlüssel
Cô ấy lấy chiếc chìa khóa vàng nhỏ
und sie schloß die Tür auf, die in den Garten führte
và cô mở khóa cánh cửa dẫn vào khu vườn
Dann machte sie sich daran, an dem Pilz zu knabbern
Sau đó, cô bắt đầu làm việc gặm nấm
Sie hatte ein Stück des Pilzes in ihrer Tasche aufbewahrt
cô đã giữ một miếng nấm trong túi
Und schließlich war sie etwa einen Meter groß
và cuối cùng cô ấy cao khoảng một mét
dann ging sie den kleinen Korridor hinunter
Rồi cô đi xuống hành lang nhỏ
**Und dann fand sie sich endlich in dem schönen Garten
wieder**
và cuối cùng cô cũng thấy mình ở trong khu vườn xinh đẹp
**Und sie war zwischen den hellen Blumen und den kühlen
Springbrunnen**
và cô ấy ở giữa những bông hoa rực rỡ và những suối nước
mát mẻ

Der Krocketplatz der Königinnen
Bãi croquet của nữ hoàng

Ein großer Rosenstrauch stand in der Nähe des Eingangs des Gartens

Một cây hồng lớn đứng gần lối vào khu vườn

Die Rosen, die an dem Baum wuchsen, waren weiß

những bông hồng mọc trên cây có màu trắng

aber es waren drei Gärtner, die die Rose bemalten

Nhưng có ba người làm vườn vẽ hoa hồng

Sie waren damit beschäftigt, die Rosen rot zu färben

Họ đang bận rộn sơn những bông hồng màu đỏ

und Alice sah zu, wie sie die Rosen rot färbten

và Alice đang nhìn họ sơn hoa hồng màu đỏ

und plötzlich fielen ihre Augen zufällig auf Alice

và đột nhiên ánh mắt của họ tình cờ rơi vào Alice

Alice sprach ein wenig schüchtern

Alice nói một chút rụt rè

»Würden Sie es mir bitte sagen?«

"Anh có thể nói cho tôi biết, làm ơn;"

"Warum malt ihr alle diese Rosen?"

"Tại sao tất cả các bạn lại vẽ những bông hồng đó?"

Fünf und Sieben sagten nichts, sondern sahen zwei an

Năm và bảy không nói gì, nhưng nhìn hai

zwei Sprecher, mit leiser Stimme

Hai người nói, bằng một giọng trầm thấp

»Nun, die Sache ist die, sehen Sie, gnädige Frau.«

"Tại sao, sự thật là, bà thấy đấy, thưa bà"

"Das hier hätte ein roter Rosenstrauch sein sollen"

"Đây đáng lẽ phải là một cây hồng đỏ"

"Und wir haben aus Versehen einen weißen Rosenstrauch hineingesetzt"

"Và chúng tôi đã đặt nhầm một cây hồng trắng vào"

"Wie Sie mir zustimmen würden, darf die Königin es nicht herausfinden"

"Như bạn sẽ đồng ý, Nữ hoàng không được phát hiện"

"Sonst würden wir uns allen die Köpfe abschneiden"

"Nếu không tất cả chúng ta sẽ bị chặt đầu"

"Sie sehen also, gnädige Frau, wir tun unser Bestes"
"Vậy cô thấy đấy, thưa bà, chúng tôi đang cố gắng hết sức"
Karte fünf hatte ängstlich über den Garten geschaut
Lá bài năm đã lo lắng nhìn qua khu vườn
In diesem Augenblick rief die fünfte Karte: "Die Königin!
Die Königin!"
Ngay lúc này, lá bài năm gọi, "Nữ hoàng! Nữ hoàng!"
und die drei Gärtner eilten augenblicklich davon
và ba người làm vườn ngay lập tức chạy đi
und sie warfen sich flach auf ihre Gesichter
và họ quỳ xuống mặt mình
Man hörte das Geräusch vieler Schritte
Có nhiều tiếng bước chân
Alice sah sich um, begierig darauf, die Königin zu sehen
Alice nhìn xung quanh, háo hức muốn gặp nữ hoàng
Am Anfang des Zuges standen zehn Soldaten
Khi bắt đầu đám rước là mười người lính
Ihre Hände und Füße waren in den Ecken
tay và chân của họ ở các góc
und in ihren Händen und Füßen waren Keulen
và trong tay và chân họ là gậy
Als nächstes kamen die zehn Höflinge
Tiếp theo là mười cận thần
die Höflinge waren über und über mit Diamanten
geschmückt
các triều thần được trang trí khắp người bằng kim cương
Nach den Höflingen kamen die königlichen Kinder
Sau khi các triều thần đến, những đứa trẻ hoàng gia
Es waren zehn der königlichen Kinder
có mười người con hoàng gia
und alle königlichen Kinder waren mit Herzen geschmückt
và tất cả các con cái hoàng gia đều được trang trí bằng trái tim
Dann kamen die Gäste; Meist Könige und Königinnen
Tiếp theo là những vị khách; chủ yếu là vua và hoàng hậu
und unter den Königen und Königinnen sah Alice jemanden
và giữa các vị vua và hoàng hậu, Alice nhìn thấy một người
nào đó

Sie sah wieder das weiße Kaninchen, das sie gejagt hatte
Cô lại nhìn thấy con thỏ trắng mà cô đã đuổi theo
Der Prozession folgte der Spitzbube der Herzen
Đám rước được theo sau bằng dao của trái tim
Er trug die Krone des Königs
anh ta mang vương miện của nhà vua
und die Krone des Königs lag auf einem purpurnen Samtkissen
và vương miện của nhà vua nằm trên một chiếc đệm nhung đỏ thẫm
Und dann kam das Ende dieser großen Prozession
và sau đó là kết thúc của đám rước hoành tráng này
Und da waren am Ende der König und die Königin der Herzen
Và ở đó ở cuối cùng là vua và hoàng hậu của trái tim
der Zug kam Alice gegenüber
đám rước đi đối diện với Alice
Und alle blieben stehen und sahen sie an
và tất cả họ dừng lại và nhìn cô ấy
Und die Königin sprach streng: "Wer ist das?"
và hoàng hậu nghiêm khắc nói: "Đây là ai?"
Sie sagte es zum Herzknaben
Cô ấy nói điều đó với Knave of Hearts
aber er verbeugte sich nur und lächelte als Antwort
nhưng anh ta chỉ cúi đầu và mỉm cười đáp lại
Alice sprach sehr höflich
Alice nói rất lịch sự
"Mein Name ist Alice, also bitte, Eure Majestät"
"Tên tôi là Alice, vì vậy làm ơn bệ hạ"
Aber sie hatte andere Gedanken für sich
nhưng cô ấy có những suy nghĩ khác cho chính mình
"Es ist doch nur ein Kartenspiel!"
"Dù sao thì chúng cũng chỉ là một gói thẻ!"
»Kannst du Krocket spielen?« rief die Königin
"Anh có thể chơi croquet không?" nữ hoàng hét lên
Die Frage war offenbar an Alice gerichtet
Câu hỏi rõ ràng là dành cho Alice

"Ja!" sagte Alice laut
"Vâng!" Alice nói lớn
"Komm also spielen!" brüllte die Königin
"Vậy thì hãy chơi đi!" nữ hoàng gầm lên
sprach eine schüchterne Stimme zu Alice
một giọng nói rụt rè nói với Alice
"Es ist ein sehr schöner Tag!"
"Đó là một ngày rất đẹp!"
Sie ging an dem weißen Kaninchen vorbei
Cô ấy đang đi ngang qua con thỏ trắng
und das weiße Kaninchen guckte ihr ängstlich ins Gesicht
và Thỏ Trắng đang lo lắng nhìn trộm vào mặt cô
»ein sehr schöner Tag,« bestätigte Alice
"Quả thực là một ngày rất đẹp," Alice xác nhận
»Wo ist die Herzogin?«
"Nữ công tước đâu?"
»Still! Still!" sagte das Kaninchen
"Im lặng! Im lặng!" Thỏ nói
"Sie ist zum Tode verurteilt"
"Cô ấy đang bị kết án hành quyết"
»Wofür wird sie hingerichtet?« fragte Alice
"Cô ấy bị hành quyết để làm gì?" Alice hỏi
"Sie hat der Königin die Ohren abgewetzt", begann das
Kaninchen
"Cô ấy đã làm trầy xước tai của nữ hoàng," con thỏ bắt đầu
schrie die Königin mit Donnerstimme
Nữ hoàng hét lên bằng giọng sấm sét
"Ran an eure Plätze!"
"Đến chỗ của bạn!"
Und die Leute rannten in alle Richtungen herum
và mọi người bắt đầu chạy xung quanh mọi hướng
Und sie fielen alle aneinander
và tất cả chúng đều ngã nhào vào nhau
Sie hatten sich jedoch in ein oder zwei Minuten beruhigt
Tuy nhiên, họ đã ổn định trong một hoặc hai phút
Und dann begann das Spiel
và sau đó trò chơi bắt đầu

Alice hatte noch nie einen so merkwürdigen Krocketplatz gesehen

Alice chưa bao giờ thấy một sân croquet kỳ lạ như vậy

Das Gras bestand nur aus Graten und Furchen

cỏ là tất cả các rãnh và rãnh

Die Krocketbälle waren echte Igel

Những quả bóng croquet là những con nhím thực sự

und die Schlägel waren echte Flamingos

và những cái vồ là những con hồng hạc thật

und die Soldaten standen auf Händen und Füßen

và những người lính đứng trên tay và chân của họ

weil die Bögen aus ihren Körpern gemacht wurden

bởi vì các vòm được làm từ cơ thể của họ

Die Spieler spielten alle gleichzeitig

Tất cả các cầu thủ đều chơi cùng một lúc

Niemand wartete, bis er an der Reihe war

không ai chờ đến lượt họ

und jeder stritt sich mit jedem

và mọi người cãi nhau với mọi người

und alle kämpften für die Igel

và tất cả đều chiến đấu vì nhím

Bald geriet die Königin in eine wütende Leidenschaft

Chẳng mấy chốc, nữ hoàng đã ở trong một cơn đam mê dữ dội

Und sie fing an, herumzustampfen und zu schreien

và cô ấy bắt đầu dậm chân và hét lên

»Hacken Sie ihm den Kopf ab!«

"Chặt đầu anh ta!"

"Hack ihr den Kopf ab!"

"Chặt đầu cô ấy!"

"Hackt ihnen alle Köpfe ab!"

"Chặt hết đầu họ!"

Wieder dachte Alice bei sich.

Một lần nữa Alice nghĩ trong lòng

"Sie lieben es schrecklich, hier Menschen zu enthaupten"

"Họ rất thích chặt đầu mọi người ở đây"

"Das große Wunder ist, dass überhaupt noch jemand am

Leben ist!"
"Điều kỳ diệu lớn nhất là có ai còn sống!"
Sie sah sich nach einem Ausweg um
Cô ấy đang tìm cách trốn thoát
Sie bemerkte eine merkwürdige Erscheinung in der Luft
Cô nhận thấy một vẻ tò mò trong không khí
»Es ist die Cheshire-Katze,« sagte sie zu sich selbst
"Đó là con mèo Cheshire," cô tự nhủ
"Jetzt habe ich jemanden, mit dem ich reden kann"
"Bây giờ tôi sẽ có ai đó để nói chuyện"
"Wie geht es dir?" fragte die Katze
"Bạn có khỏe không?" con mèo nói
»Ich glaube nicht, daß sie ganz und gar fair spielen«, sagte Alice
"Tôi không nghĩ họ chơi công bằng chút nào," Alice nói
Und sie hatte einen ziemlich klagenden Ton
và cô ấy có một giọng khá phàn nàn
"Sie streiten sich alle so fürchterlich"
"Tất cả họ đều cãi nhau khủng khiếp"
"Man hört sich selbst nicht sprechen"
"Người ta không thể nghe thấy chính mình nói"
"Und sie scheinen sich nicht an irgendwelche Regeln zu halten"
"Và họ dường như không chơi theo bất kỳ quy tắc nào"
die Katze stellte Alice mit leiser Stimme eine Frage
con mèo hỏi Alice một câu bằng giọng trầm thấp
"Wie gefällt dir die Königin?"
"Cô thích nữ hoàng như thế nào?"
»Ich mag sie gar nicht,« sagte Alice
"Tôi không thích cô ấy chút nào," Alice nói

Alice dachte, sie könnte genauso gut zurückgehen
Alice nghĩ rằng cô ấy cũng có thể quay trở lại
Sie wollte sehen, wie das Spiel läuft
Cô ấy muốn xem trò chơi diễn ra như thế nào
Sie machte sich auf die Suche nach ihrem Igel
Cô ấy đi tìm con nhím của mình
Der Igel war damit beschäftigt, gegen einen anderen Igel zu kämpfen
Con nhím đang bận rộn chiến đấu với một con nhím khác
Das war eine ausgezeichnete Gelegenheit
Đây là một cơ hội tuyệt vời
Sie konnte einen Igel mit dem anderen krocketen
cô ấy có thể móc một con nhím với con kia
Aber ihr Flamingo war auf der anderen Seite des Gartens
nhưng con hồng hạc của cô ấy ở phía bên kia của khu vườn
Der Flamingo war ziemlich tollpatschig
Con hồng hạc khá vụng về
Ihr Flamingo versuchte, gegen einen Baum zu fliegen
con hồng hạc của cô ấy đang cố gắng bay lên một cái cây

Sie packte den Flamingo am Bein
Cô bắt lấy chân con chim hồng hạc
Und sie schob sich den Flamingo unter den Arm
và cô nhét con hồng hạc dưới cánh tay mình
So konnte der Flamingo nicht mehr entkommen
Bằng cách đó, con hồng hạc không thể trốn thoát một lần nữa
In diesem Augenblick traf Alice zufällig die Herzogin
Ngay sau đó, Alice tình cờ gặp nữ công tước
Die Herzogin war nun aus dem Gefängnis entlassen worden
Nữ công tước bây giờ đã ra khỏi nhà tù
Sie schob ihren Arm liebevoll unter Alices Arm
Cô nhét cánh tay của mình một cách trìu mến dưới cánh tay Alice
Und dann gingen sie zusammen fort
và sau đó họ cùng nhau bỏ đi
Alice war sehr froh, sie in so angenehmer Laune zu finden
Alice rất vui khi thấy cô ấy có tính khí dễ chịu như vậy
Sie erschrak jedoch ein wenig
Tuy nhiên, cô hơi giật mình
Sie hörte die Stimme der Herzogin dicht an ihrem Ohr
Cô nghe thấy giọng nói của nữ công tước gần tai mình
"Du denkst über etwas nach, meine Liebe"
"Anh đang nghĩ về điều gì đó, em yêu"
"Und das lässt dich das Reden vergessen"
"Và điều đó khiến bạn quên nói chuyện"
»Das Spiel geht jetzt etwas besser«, sagte Alice
"Trò chơi đang diễn ra khá tốt hơn," Alice nói
Es war eine Möglichkeit, das Gespräch am Laufen zu halten
đó là một cách để giữ cho cuộc trò chuyện tiếp tục
»So ist es,« sagte die Herzogin
"Quả thật là như vậy," nữ công tước nói
"Und die Moral davon ist folgende."
"Và đạo đức của điều đó là thế này:"
"Es ist die Liebe, die alles macht!"
"Chính tình yêu làm tất cả!"
"Liebe ist das, was die Welt bewegt"
"Tình yêu là thứ làm cho thế giới quay quanh"

Alice hatte eine andere Erklärung
Alice có một lời giải thích khác
**"Das macht jeder, der sich um seine eigenen
Angelegenheiten kümmert!"**
"Nó được thực hiện bởi tất cả mọi người quan tâm đến công
việc của riêng mình!"
»Ah, gut! Du könntest Recht haben"
"À, tốt! Bạn có thể đúng"
»Es bedeutet alles ziemlich dasselbe,« sagte die Herzogin
"Tất cả đều có ý nghĩa giống nhau," Nữ công tước nói
und sie grub ihr spitzes kleines Kinn in Alices Schulter
và cô ấy đào chiếc cằm nhỏ sắc nhọn của mình vào vai Alice
"Und die Moral davon ist folgende"
"Và đạo đức của điều đó là điều này"
"Kümmere dich um die Sinne"
"Hãy chăm sóc giác quan"
"Und dann erledigen sich die Klänge von selbst"
"Và sau đó âm thanh sẽ tự chăm sóc"
Aber dann fing der Arm der Herzogin an zu zittern
nhưng sau đó cánh tay của nữ công tước bắt đầu run rẩy
Alice blickte auf und da stand die Königin
Alice ngước lên và nữ hoàng đứng đó
Die Königin hatte die Arme verschränkt
Nữ hoàng khoanh tay
Und sie runzelte die Stirn wie ein Gewitter!
và cô ấy cau mày như một cơn giông bão!
»Ich warne dich!« schrie die Königin
"Tôi cảnh báo anh một cách công bằng," nữ hoàng hét lên
Und sie stampfte auf den Boden, während sie sprach
và cô ấy dẫm chân xuống đất khi cô ấy nói
"Entweder dein Kopf oder ihr Kopf muss ausgeschaltet sein"
"Hoặc là đầu của bạn hoặc đầu cô ấy phải bị lệch đi"
"Treffen Sie Ihre Wahl!"
"Hãy lựa chọn của bạn!"
"Und beeilen Sie sich"
"Và hãy nhanh chóng về nó"
Die Herzogin traf ihre Wahl

Nữ công tước đã đưa ra lựa chọn của mình
und in einem Augenblick war die Herzogin verschwunden
và trong một khoảnh khắc, nữ công tước đã biến mất
Da sprach die Königin zu Alice
Sau đó, nữ hoàng nói với Alice
"Weiter geht's mit dem Spiel"
"Hãy tiếp tục trò chơi"
Alice war zu erschrocken, um ein Wort zu sagen
Alice quá sợ hãi để nói một lời
und langsam folgte sie ihrem Rücken zum Krocketplatz
và cô chậm rãi đi theo cô trở lại bãi croquet
Die ganze Zeit stritt sich die Dame mit den anderen Spielern
Suốt thời gian Nữ hoàng cãi nhau với những người chơi khác
»Hacken Sie ihm den Kopf ab!«
"Chặt đầu anh ta!"
"Hack ihr den Kopf ab!"
"Chặt đầu cô ấy!"
"Hackt ihnen alle Köpfe ab!"
"Chặt hết đầu họ!"
Bald waren alle Spieler in Gewahrsam
Ngay sau đó, tất cả các cầu thủ đều bị giam giữ
nur der König, die Königin und Alice blieben zurück
chỉ còn lại nhà vua, hoàng hậu và Alice
Da ging die Königin, ganz außer Atem
Sau đó, nữ hoàng rời đi, khá hụt hơi
und sie ging mit Alice fort
và cô ấy bỏ đi với Alice
Alice hörte, wie der König leise etwas sagte
Alice nghe nhà vua lặng lẽ nói điều gì đó
"Ihr seid alle begnadigt"
"Tất cả các bạn đều được tha thứ"
aber plötzlich hörte man einen neuen Schrei
nhưng đột nhiên có một tiếng kêu khác được nghe thấy
"Der Prozess beginnt!"
"Phiên tòa đang bắt đầu!"
und Alice lief mit den andern
và Alice chạy cùng với những người khác

Wer hat die Torten gestohlen?

Ai đã đánh cắp bánh tart?

Der Herzkönig und die Herzkönigin saßen

Vua và hoàng hậu của trái tim đã ngồi

sie saßen auf ihrem Thron, als Alice ankam

họ đang ở trên ngai vàng của họ khi Alice đến

Eine große Menschenmenge war um sie herum versammelt

Có một đám đông lớn tụ tập xung quanh họ

Es gab allerlei kleine Vögel und Bestien

có đủ loại chim nhỏ và thú

Und da war das ganze Kartenspiel

và có cả gói thẻ

Der Spitzbube stand in Ketten vor ihnen

Con dao đang đứng trước mặt họ, bị xiềng xích

und auf jeder Seite war ein Soldat, der ihn bewachte

và có một người lính ở mỗi bên để bảo vệ anh ta

in der Nähe des Königs war das weiße Kaninchen

gần nhà vua là con thỏ trắng

Er hatte eine Trompete in der einen Hand

Ông có một chiếc kèn trong một tay

Und in der andern Hand hielt er eine Pergamentrolle

và tay kia anh ta cầm một cuộn giấy da

In der Mitte des Platzes stand ein Tisch

Ở ngay giữa sân là một chiếc bàn

Auf dem Tisch stand eine große Schüssel mit Torten

Trên bàn là một đĩa bánh tart lớn

**"Ich wünschte, sie würden den Prozess zu Ende bringen",
dachte Alice**

"Tôi ước gì họ sẽ hoàn thành phiên tòa," Alice nghĩ

"Dann könnten wir etwas von diesen Erfrischungen essen!"

"Vậy thì chúng ta có thể ăn một ít đồ giải khát đó!"

Der Richter war übrigens der König
Nhân tiện, thẩm phán là nhà vua
und er trug seine Krone über seiner großen Perücke
và ông đội vương miện của mình trên bộ tóc giả lớn của mình
»Das ist die Loge der Geschworenen!« dachte Alice
"Đó là phòng bồi thẩm đoàn," Alice nghĩ
"Und diese zwölf Geschöpfe, ich nehme an, sie sind die Geschworenen"
"Và mười hai sinh vật đó, tôi cho rằng họ là bồi thẩm đoàn"
einige waren Tiere, andere waren Vögel
một số là động vật, và một số là chim
In diesem Augenblick schrie das weiße Kaninchen auf
Ngay sau đó con thỏ trắng kêu lên
"Schweigen im Gericht!"
"Im lặng trong tòa án!"
»Herold, lesen Sie die Anklage!« sagte der König

"Sứ giả, hãy đọc lời buộc tội!" nhà vua nói

Das weiße Kaninchen blies drei Stöße auf die Trompete

Thỏ trắng thổi ba tiếng kèn

dann entrollte er die Pergamentrolle

sau đó ông mở cuộn cuộn giấy da

Und er las folgendes:

và ông đọc như sau:

"Die Königin der Herzen, sie hat ein paar Torten gebacken."

"Nữ hoàng của trái tim, cô ấy đã làm một số bánh tart,"

"All das tat sie an einem Sommertag"

"Tất cả những điều này cô ấy đã làm vào một ngày hè"

"Der Schurke der Herzen, er hat diese Torten gestohlen"

"Con dao của trái tim, anh ấy đã đánh cắp những chiếc bánh tart đó"

"Und er hat diese Torten weit weg gebracht!"

"Và ông ấy đã mang những chiếc bánh tart đó đi xa!"

»Rufen Sie den ersten Zeugen,« sagte der König

"Gọi nhân chứng đầu tiên," nhà vua nói

und das weiße Kaninchen blies drei Stöße auf die Trompete

và thỏ trắng thổi ba tiếng kèn

»Bringt den ersten Zeugen!« rief er

"Mang theo nhân chứng đầu tiên!" anh ta kêu lên

Der erste Zeuge war der Hutmacher

Nhân chứng đầu tiên là thợ làm mũ

Er kam mit einer Teetasse in der einen Hand herein

Anh ấy bước vào với một tách trà trong một tay

Und in der anderen Hand hatte er ein Stück Brot und Butter

và ông cầm một miếng bánh mì và bơ trong tay kia

»Du hättest fertig sein sollen,« sagte der König

"Lẽ ra anh phải xong," nhà vua nói

"Wann hast du angefangen?"

"Anh bắt đầu khi nào?"

Der Hutmacher schaute sich den Märzhasen an

Người thợ làm mũ nhìn con thỏ hành quân

Der Märzhase war ihm in den Hof gefolgt

Thỏ March đã theo anh ta vào tòa án

Er war Arm in Arm mit dem Siebenschläfer gegangen

anh ta đã tay trong tay đi với con chuột ngủ
»Ich glaube, es war der vierzehnte März«, sagte er
"Mười bốn tháng Ba, tôi nghĩ là như vậy," ông nói
»Geben Sie Ihre Aussage,« sagte der König
"Hãy đưa ra bằng chứng của bạn," nhà vua nói
"Und sei nicht nervös, sonst lasse ich dich auf der Stelle hinrichten"
"Và đừng lo lắng, nếu không tôi sẽ xử tử anh ngay tại chỗ"
Das schien den Zeugen überhaupt nicht zu ermutigen
Điều này dường như không khuyến khích nhân chứng chút nào
Er rutschte immer wieder von einem Fuß auf den anderen
anh ta liên tục chuyển từ chân này sang chân kia
und er sah die Königin unruhig an
và anh ta không thoải mái nhìn nữ hoàng
und in seiner Verwirrung biß er ein großes Stück aus seiner Teetasse
và, trong bối rối, anh cắn một miếng lớn ra khỏi tách trà của mình
Eigentlich wollte er von seinem Brot und seiner Butter beißen
thực sự anh ấy định cắn bánh mì và bơ của mình
In diesem Augenblick fühlte Alice eine sehr merkwürdige Empfindung
Ngay lúc này, Alice cảm thấy một cảm giác rất tò mò
Sie fing an, wieder größer zu werden
cô ấy bắt đầu lớn hơn trở lại
Der unglückliche Hutmacher ließ seine Teetasse fallen
Người thợ làm mũ khốn khổ làm rơi tách trà của mình
und das Brot und die Butter fielen zu Boden
bánh và bơ rơi xuống đất
und er fiel auf die Knie
và ông quỳ xuống một bên
»Ich bin ein armer Mann, Eure Majestät,« begann er
"Tôi là một người nghèo, bệ hạ," anh bắt đầu
»Du bist ein sehr schlechter Redner,« sagte der König
"Ông là một người nói rất kém," nhà vua nói

»Du darfst gehen,« sagte der König
"Ngươi có thể đi," nhà vua nói
und der Hutmacher verließ eilig den Hof
và người thợ mũ vội vã rời khỏi tòa án
»Rufen Sie den nächsten Zeugen her!« sagte der König
"Gọi nhân chứng tiếp theo!" nhà vua nói
Der nächste Zeuge war die Köchin der Herzogin
Nhân chứng tiếp theo là đầu bếp của nữ công tước
Sie trug die Pfefferdose in der Hand
Cô ấy cầm hộp tiêu trên tay
Und die Leute in der Nähe der Tür fingen auf einmal an zu niesen
và những người gần cửa bắt đầu hắt hơi ngay lập tức
»Geben Sie Ihre Aussage,« sagte der König
"Hãy đưa ra bằng chứng của bạn," nhà vua nói
»Ich will nichts beweisen,« sagte die Köchin
"Tôi sẽ không đưa ra bằng chứng," người đầu bếp nói
Der König sah das weiße Kaninchen ängstlich an
Nhà vua lo lắng nhìn con thỏ trắng
Und das weiße Kaninchen sprach mit leiser Stimme
và con thỏ trắng nói bằng một giọng trầm lặng
"Eure Majestät müssen diesen Zeugen ins Kreuzverhör nehmen"
"Bệ hạ phải thẩm vấn chéo nhân chứng này"
»Nun, wenn ich muß, so muß ich,« sagte der König
"Ồ, nếu tôi phải, tôi phải," nhà vua nói
"Woraus bestehen Torten?"
"Bánh tart được làm bằng gì?"
»Torten werden meistens aus Pfeffer gemacht«, sagte die Köchin
"Bánh tart được làm từ hạt tiêu, chủ yếu," đầu bếp nói
Einige Minuten lang war der ganze Hof in Verwirrung
Trong vài phút, cả tòa án bối rối
Schließlich ließen sie sich alle wieder nieder
Cuối cùng tất cả họ đã ổn định trở lại
Aber da war die Köchin schon verschwunden
nhưng lúc đó đầu bếp đã biến mất

»Macht nichts!« sagte der König
"Đừng bận tâm!" nhà vua nói
"Rufen Sie den nächsten Zeugen in den Zeugenstand"
"Kêu gọi nhân chứng tiếp theo"
Alice beobachtete das weiße Kaninchen, wie es an der Liste herumfummelte
Alice quan sát con thỏ trắng khi anh mò mẫm trong danh sách
Sie können sich vorstellen, wie überrascht sie war, als sie das hörte, was sie als nächstes hörte
Bạn có thể tưởng tượng sự ngạc nhiên của cô ấy về những gì cô ấy nghe tiếp theo
Mit lauter schriller kleiner Stimme rief er den Namen »Alice!«
ở đỉnh cao của giọng nói nhỏ chói tai của mình, anh gọi cái tên là "Alice!"

Alices Beweise
Bằng chứng của Alice

»Hier!« rief Alice
"Đây!" Alice kêu lên
Sie sprang in großer Eile auf
Cô ấy nhảy lên rất vội vàng
und sie kippte die Geschworenenloge um
và cô lật qua phòng bồi thẩm đoàn
und sie warf alle Geschworenen um
và cô ấy đã đánh gục tất cả các bồi thẩm đoàn
und sie fielen auf die Köpfe der Menge unten
và họ ngã xuống đầu đám đông bên dưới
Alice war in großer Bestürzung
Alice vô cùng thất vọng
»Oh, ich bitte um Verzeihung!« rief sie aus
"Ồ, tôi xin lỗi anh!" cô thốt lên
»Der Prozeß kann nicht fortgesetzt werden,« sagte der König
"Phiên tòa không thể tiếp tục," nhà vua nói
"Die Geschworenen müssen wieder an ihre angestammten
Plätze zurückkehren"
"Các bồi thẩm đoàn phải trở lại vị trí thích hợp của họ"
Er wiederholte den Befehl mit großem Nachdruck
Ông lặp lại mệnh lệnh với sự nhấn mạnh
und er sah Alice streng an
và anh ta nhìn Alice nghiêm khắc
"Was weißt du über diese Ereignisse?" fragte der König
Alice
"Ngươi biết gì về những sự kiện này?" nhà vua hỏi Alice
»Ich weiß nichts von der Sache,« sagte Alice
"Tôi không biết gì về vấn đề này," Alice nói
Dann las der König aus seinem Buch vor
Nhà vua sau đó đọc từ cuốn sách của mình
"Regel zweiundvierzig"
"Quy tắc bốn mươi hai"
"Alle Personen, die mehr als eine Meile hoch sind, sollen
das Gericht verlassen"
"Tất cả những người cao hơn một dặm phải rời khỏi tòa án"

»Ich bin keine Meile hoch,« sagte Alice
"Tôi không cao một dặm," Alice nói
»Fast zwei Meilen hoch,« sagte die Königin
"Cao gần hai dặm," Nữ hoàng nói

»Nun, ich weigere mich zu gehen,« sagte Alice
"Ừm, tôi từ chối đi," Alice nói
Der König erbleichte
Nhà vua trở nên tái nhợt
und er schloß hastig sein Notizbuch
và anh ta vội vã đóng cuốn sổ ghi chép của mình lại
»Überlegen Sie sich Ihr Urteil«, sagte er zu den
Geschworenen
"Hãy xem xét phán quyết của bạn," ông nói với bồi thẩm đoàn
Er sprach mit leiser, zitternder Stimme
anh ta nói bằng một giọng trầm, run rẩy
Da sprach das weiße Kaninchen
Sau đó, thỏ trắng nói
"Es werden noch mehr Beweise kommen"

"Vẫn còn nhiều bằng chứng nữa"
und er sprang in großer Eile auf
và anh ta nhảy lên rất vội vã
"Dieses Papier wurde gerade abgeholt"
"Bài báo này vừa được nhặt"
"Es scheint ein Brief des Gefangenen zu sein"
"Có vẻ như là một bức thư do tù nhân viết"
Er faltete das Papier auseinander, während er sprach
Anh mở tờ giấy ra khi nói
"Es ist doch kein Brief"
"Dù sao thì đó cũng không phải là một bức thư"
"Was es war, war eine Reihe von Versen"
"Đó là một tập hợp các câu thơ"
»Bitte, Eure Majestät,« sagte der Spitzbube
"Làm ơn, bệ hạ," con dao nói
"Ich habe diese Verse nicht geschrieben"
"Tôi không viết những câu đó"
"und sie können nicht beweisen, dass ich etwas geschrieben habe"
"và họ không thể chứng minh rằng tôi đã viết bất cứ điều gì"
"Am Ende ist kein Name unterschrieben"
"Không có tên nào được ký ở cuối"
Der König sprach mit dem Spitzbuben
Nhà vua nói với con dao
"Du musst vorgehabt haben, Unheil anzurichten"
"Chắc anh đã cố ý gây ra một số trò nghịch ngợm"
"Sonst hättest du wie ein ehrlicher Mann unterschrieben"
"Nếu không bạn sẽ ký tên mình như một người đàn ông trung thực"
Es gab ein allgemeines Händeklatschen
Có một tiếng vỗ tay chung
Und der König wandte sich an das weiße Kaninchen
Vua quay sang con thỏ trắng
»Lest die Verse!« befahl er.
"Đọc các câu thơ," anh ra lệnh
Es herrschte Totenstille im Gerichtssaal
Có sự im lặng chết chóc trong tòa án

und das weiße Kaninchen las die Verse vor
Thỏ trắng đọc các câu
Sie sagten mir, du wärst bei ihr gewesen
Họ nói với tôi rằng bạn đã đến gặp cô ấy
Und sie erwähnten mich ihm gegenüber
Và họ đề cập đến tôi với anh ấy
Sie gab mir einen guten Charakter
Cô ấy đã cho tôi một tính cách tốt
Aber sie sagte, ich könne nicht schwimmen
Nhưng cô ấy nói tôi không biết bơi
Er ließ ihnen wissen, dass ich nicht gegangen sei
Anh ấy gửi cho họ thông báo rằng tôi đã không đi
Wir wissen, dass es wahr ist
Chúng tôi biết điều đó là sự thật
Wenn sie die Sache vorantreiben sollte, was würde aus dir werden?
Nếu cô ấy tiếp tục vấn đề, bạn sẽ ra sao?
Ich gab ihr einen, sie gaben ihm zwei
Tôi cho cô ấy một, họ cho anh ấy hai
Du hast uns drei oder mehr gegeben
Bạn đã cho chúng tôi ba hoặc nhiều hơn
Sie sind alle von ihm zu dir zurückgekehrt
Tất cả họ đều trở về từ Ngài cho bạn
obwohl sie vorher meine waren
mặc dù chúng là của tôi trước đây
Wenn ich oder sie die Chance haben sollte,
Nếu tôi hoặc cô ấy có cơ hội
Wenn ich oder sie in diese Affäre verwickelt wäre
Nếu tôi hoặc cô ấy có liên quan đến vụ việc này
Er vertraut auf dich, dass du sie befreien wirst
Ngài tin tưởng vào bạn để giải thoát họ
Genau so wie wir waren
Đúng như chúng tôi đã từng
Ich hatte den Eindruck, dass Sie
Quan niệm của tôi là bạn đã
Bevor sie diesen Anfall hatte
Trước khi cô ấy có sự phù hợp này

Ein Hindernis, das dazwischen kam
Một trở ngại xảy ra giữa
Er und wir und es
Ngài, và chính chúng ta, và nó
Lass ihn nicht wissen, dass sie ihr am besten gefallen haben
Đừng để anh ấy biết cô ấy thích chúng nhất
Denn dies muss für immer ein Geheimnis bleiben, das vor allen anderen verborgen bleibt
Vì điều này phải mãi mãi là một bí mật, được giữ kín với tất cả những người còn lại
Dieses Geheimnis muss ein Geheimnis zwischen dir und mir bleiben
Bí mật này phải là một bí mật giữa bạn và tôi
Der König war sehr beeindruckt
Nhà vua rất ấn tượng
"Das ist das wichtigste Beweisstück, das wir bisher gehört haben"
"Đó là bằng chứng quan trọng nhất mà chúng tôi đã nghe"
»Ich glaube nicht, daß diese Verse auch nur ein Atom Bedeutung haben,« wandte Alice ein
"Tôi không tin những câu thơ đó mang một nguyên tử ý nghĩa," Alice phản đối
der König hatte seine eigene Meinung zu dieser Angelegenheit
Nhà vua có ý kiến riêng về vấn đề này
"Wenn diese Worte keinen Sinn haben, erspart das eine Menge Ärger"
"Nếu không có ý nghĩa trong những lời đó, điều đó sẽ cứu một thế giới rắc rối"
"Dann brauchen wir nicht zu versuchen, den Sinn zu finden"
"Vậy thì chúng ta không cần phải cố gắng tìm ra ý nghĩa"
"Lassen Sie die Geschworenen über ihr Urteil nachdenken"
"Hãy để bồi thẩm đoàn xem xét phán quyết của họ"
»Nein, nein!« sagte die Königin
"Không, không!" nữ hoàng nói
"Erst die Verurteilung, dann das Urteil"

"Tuyên án trước - phán quyết sau"
"Zeug und Unsinn!" sagte Alice laut
"Đồ vớ vẩn!" Alice nói lớn
"Wie dumm ist es, den Angeklagten zuerst zu verurteilen!"
"Thật ngớ ngẩn khi kết án bị cáo trước!"

»Schweige!« sagte die Königin und färbte sich violett an
"Giữ lưỡi!" nữ hoàng nói, chuyển sang màu tím
"Ich werde nicht den Mund halten!" sagte Alice
"Tôi sẽ không giữ lưỡi!" Alice nói
schrie die Königin aus voller Kehle
Nữ hoàng hét lên cao giọng
"Hack ihr den Kopf ab!"
"Chặt đầu cô ấy!"
Niemand machte eine Bewegung
Không ai thực hiện một phong trào
"Wen kümmert es, was du sagst?" sagte Alice
"Ai quan tâm những gì anh nói?" Alice nói
Zu diesem Zeitpunkt war sie bereits zu ihrer vollen Größe

herangewachsen
Cô ấy đã lớn lên đến kích thước đầy đủ của mình vào thời điểm này
"Du bist nichts als ein Kartenspiel!"
"Anh không là gì ngoài một gói thẻ!"
Bei diesen Worten hoben sich alle Karten in die Luft
Lúc này, tất cả các lá bài bay lên không trung
und alle Karten flogen auf sie herab
và tất cả các lá bài bay xuống cô ấy
Sie stieß einen kleinen Schrei aus
Cô ấy hét lên một chút
Sie war halb erschrocken, aber auch wütend
cô ấy nửa sợ hãi, nhưng cũng tức giận
Und sie versuchte, sich gegen die Karten zu wehren
và cô ấy đã cố gắng chống lại những lá bài của chính mình
Und dann fand sie sich auf der Grasbank liegend
và sau đó cô thấy mình nằm trên bãi cỏ
Ihr Kopf lag im Schoß ihrer Schwester
đầu cô ấy nằm trong lòng em gái cô ấy
Einige abgestorbene Blätter waren auf ihrem Gesicht gelandet
một số lá chết đã rơi xuống mặt cô
und ihre Schwester wischte vorsichtig die Blätter weg
và em gái cô đang nhẹ nhàng phủi lá đi
»Wach auf, liebe Alice!« sagte die Schwester
"Thức dậy, Alice thân yêu!" em gái cô nói
"Was für einen langen Schlaf hast du gehabt!"
"Cô đã ngủ lâu làm sao!"
"Oh, ich habe so einen merkwürdigen Traum gehabt!" sagte Alice
"Ồ, tôi đã có một giấc mơ kỳ lạ như vậy!" Alice nói
Und sie erzählte ihrer Schwester alles, woran sie sich erinnern konnte
Và cô ấy nói với em gái mình tất cả những gì cô ấy có thể nhớ
all die seltsamen Abenteuer, von denen Sie gerade gelesen haben
Tất cả những cuộc phiêu lưu kỳ lạ mà bạn vừa đọc

Alice stand auf und rannte davon
Alice đứng dậy và bỏ chạy
Und während sie lief, dachte sie an ihren Traum
và cô nghĩ, trong khi chạy, về giấc mơ của mình
"Was für ein wunderbarer Traum das gewesen war!"
"Thật là một giấc mơ tuyệt vời!"